AF742015

പൂർണ

2024

കെ.ബാബു ജോസഫ്

1940-ൽ ജനനം. കേരള സർവ്വകലാശാലയിൽനിന്നു ഫിസിക്സിൽ പിഎച്ച്.ഡി. ബിരുദം. സെന്റ് ബർക്ക്മാൻസ് കോളേജ്, യൂണിയൻ ക്രിസ്ത്യൻ കോളേജ് എന്നിവിടങ്ങളിൽ അധ്യാപകൻ. 1969-ൽ കൊച്ചി ശാസ്ത്ര സാങ്കേതിക സർവ്വകലാശാലയിൽ അധ്യാപകനായി ചേർന്നു. ദീർഘകാലം ഫിസിക്സ് വകുപ്പിന്റെ അധ്യക്ഷനും പ്രഫസറും. 1997 മുതൽ അവിടെ വൈസ്ചാൻസലർ. 2001-ൽ വിരമിച്ചു. ഇംഗ്ലീഷിൽ നിരവധി ഗവേഷണ കൃതികൾ, മലയാളത്തിൽ 15 ഗ്രന്ഥങ്ങൾ തുടങ്ങിയവയുടെ കർത്താവ്. കേരള ശാസ്ത്ര സാങ്കേതിക പരിസ്ഥിതി കൗൺസിലിന്റെ പുരസ്കാരം ഉൾപ്പെടെ പല അംഗീകാരങ്ങളും ലഭിച്ചിട്ടുണ്ട്. 'പദാർത്ഥം മുതൽ ദൈവകണം വരെ' എന്ന പുസ്തകം 2018-ലെ കേരള സാഹിത്യ അക്കാദമി പുരസ്കാരത്തിന് അർഹമായി. 'ശാസ്ത്രപക്ഷം,' 'ആര്യഭടൻ മുതൽ ഹോക്കിംഗ് വരെ', 'ശിരോമാത്രമാനവൻ' എന്നീ പുസ്തകങ്ങൾ പ്രസിദ്ധീകരിച്ചത് പൂർണയാണ്.

കവിതകൾ

കെ. ബാബു ജോസഫ്

അക്ഷരാസ്ത്രം

പൂർണ പബ്ലിക്കേഷൻസ്, കോഴിക്കോട്
കോഴിക്കോട് ■ കല്പറ്റ ■ തിരുവനന്തപുരം

Poorna
Publications

Aksharasthram
Poetry
K. Babu Joseph

Malayalam
First Edition: January 2024

Cover design: Rabeesh

Typesetting: Poorna Clt.
Printing: Manipal Technologies Pvt.Ltd.,

ISBN: 978-81-300-2708-1
10399 (1-2024) 31.I.0.a

Distributed by:
POORNA PUBLICATIONS, KOZHIKODE
TBS Building, G.H. Road, Kozhikode-673001
Ph: 0495-2720085, 2720086, 2721025

Branches:**Kalpetta** 04936-203842
Thiruvananthapuram 0471-2570504

e-mail:tbsbook@gmail.com
Online Bookstore: www.tbsbook.com

മുൻവാക്ക്

എന്റെ മലയാളകവിതകളുടെ മൂന്നാമത്തെ സമാഹാരമാണ് 'അക്ഷരാസ്ത്രം'.

ഇരുപത് വർഷം ഇതിനിടയിൽ കടന്നുപോയത്, നടത്തത്തിൽ മിക്കപ്പോഴും പിന്നിലാകാറുള്ള, ഞാൻ ഒരു ഞെട്ടലോടെ അറിയുന്നു. അക്ഷരങ്ങൾക്ക് അസ്ത്രതുല്യമായ മൂർച്ചയുണ്ടെന്ന് മനസ്സിലാക്കിയ ഒരു കാലഘട്ടത്തിൽ ജീവിച്ചതിന്റെ ഫലമാണീ കൃതി. വിശേഷിച്ചാരെയും ലക്ഷ്യമാക്കിയുള്ളതല്ല ഇതിലെ രചനകൾ. അതിനാൽ, ഇത് വായിച്ചാരുടെയും മനസ്സ് നോവരുതെന്നപേക്ഷ. സത്യത്തിൽ, അക്ഷരങ്ങളെ എന്നിലേയ്ക്കു തന്നെയാണ് തുറന്നു വച്ചിരിക്കുന്നത്. ജീവിതസായാഹ്നത്തിലെങ്കിലും, എന്റെ കുറ്റങ്ങളും കുറവുകളും ഞാൻ തിരിച്ചറിയുന്നു.

ഈ കൃതിക്ക് 'കവിതയുടെ മിശ്രവർണ്ണങ്ങൾ' എന്ന ശീർഷകത്തിൽ പ്രൗഢമനോഹരമായ ഒരു അവതാരിക തയാറാക്കിയ പുതുതലമുറ നിരൂപകരിൽ ശ്രദ്ധേയനായ ബെന്നി ഡോമിനിക്കിന് സ്നേഹവും ആദരവും രേഖപ്പെടുത്തുന്നു.

കവിതാരചനയിൽ എനിക്ക് ഉപദേശവും പ്രോത്സാഹനവും തന്ന് സഹായിച്ച നിരവധി പേരുടെ കൂട്ടത്തിൽ എം.ലീലാവതി, എം. തോമസ് മാത്യു, സച്ചിദാനന്ദൻ, കെ.ജി.എസ്.സക്കറിയ, എ. ജെ. തോമസ് എന്നിവരോടുള്ള കടപ്പാട് നിസ്സീമമാണ്. ഇവർക്കു പുറമേ, എന്റെ ബലവും ശക്തിയുമായി നിന്നിട്ടുള്ള ബന്ധുക്കൾ, സുഹൃത്തുക്കൾ, പൂർവ്വവിദ്യാർത്ഥിനീവിദ്യാർത്ഥികൾ തുടങ്ങിയവരോട് കൃതജ്ഞ പ്രകടിപ്പിക്കാൻ യോജിച്ച പദങ്ങളില്ല.

മാനുസ്ക്രിപ്റ്റ് തയാറാക്കുന്നതിന് സാങ്കേതികസഹായം തന്ന രാജേശ്വരി രവിക്ക് ഹാർദ്ദമായ നന്ദി. പ്രസാധകരായ പൂർണ പബ്ലിക്കേഷൻസിനും, വിശിഷ്യ അതിന്റെ സാരഥി എൻ. ഇ. മനോഹറിനും ആത്മാർത്ഥമായ കൃതജ്ഞത.

ഈ കൃതിയിലെ പല രചനകളും പ്രസിദ്ധീകരിച്ച ഭാഷാപോഷിണി, മാധ്യമം, കലാകൗമുദി, എഴുത്ത്, അന്യോന്യം തുടങ്ങിയ ആനുകാലികങ്ങളുടെ പത്രാധിപന്മാർക്കും നന്ദി.

വായനക്കാർക്കാണ്... ഈ കൃതി സ്നേഹാദരങ്ങളോടെ സമർപ്പിക്കുന്നത്.

കെ. ബാബു ജോസഫ്

അവതാരിക

കവിതയുടെ മിശ്രവർണ്ണങ്ങൾ

ബെന്നി ഡൊമിനിക്

കവിത ആത്യന്തികമായി തന്നോടു തന്നെയുള്ള സംഭാഷണമാണ്. ആത്മഭാഷണം എന്ന പേര് അതിന് എത്രമാത്രം അനുയോജ്യമാണ് എന്നു കൃത്യമായി പറയാനാവില്ല. കവിത ഒരു തരത്തിലുള്ള പൊട്ടിയൊഴുകലാണ്. അത് ബോധപൂർവ്വം സംഭവിക്കുന്നതല്ല. അബോധം അഥവാ ഉപബോധത്തിന്റെ ഭാഷയാണ് കവിത. ഉച്ചരിക്കാതെപോയ വാക്കുകൾ പുറത്തേക്ക് വഴി കണ്ടെത്തുകയാണ് കാവ്യരചനയിലൂടെ. ജീവിതത്തിൽ നിശ്ശബ്ദനാക്കപ്പെട്ടവന്റെ തിരിച്ചുവരവാണത്. ഏതു ദുർഘടാവസ്ഥയിലും സാന്ത്വനം നൽകുന്ന പുനർന്നവമാണത്. 'Poetry is capable of saving us.' ഐ എ റിച്ചാർഡ്സ് ഇങ്ങനെ നിരീക്ഷിക്കുന്നുണ്ട്. ഇങ്ങനെ പിടഞ്ഞെണീക്കുന്നവന്റെ അന്തഃകരണം അവനോടും ലോകത്തോടും മന്ത്രിക്കുന്ന വാക്കുകൾക്ക് ഒരു സൗന്ദര്യമൂല്യം സിദ്ധിക്കാതെ വയ്യ. ജീവിതവിജയത്തിൽ മദം കൊള്ളുന്നവനൊപ്പം നിൽക്കില്ല അതിന്റെ നേർത്ത സ്വരം. പരാജയപ്പെട്ടവന്റെ നിശ്വാസങ്ങൾകൊണ്ടു മുഖരിതമാണ് കവിതയുടെ ലോകം. ആത്മസംഘർഷങ്ങളുടെയും സങ്കടങ്ങളുടെയും അടുപ്പിലാണ് കവിത ചുട്ടെടുക്കപ്പെടുന്നത്.

കവിതയെക്കുറിച്ചുള്ള ഒരു നിർവ്വചനവും പൂർണ്ണമല്ല. എല്ലാ നിർവ്വചനങ്ങൾക്കും അതീതമായി നിൽക്കുകയെന്നതാണ് അതിന്റെ നിയോഗം. ഗദ്യം നടത്തമാണെങ്കിൽ പദ്യം നൃത്തമാണെന്ന ഫ്രഞ്ച് കവി പോൾ വലേറിയുടെ (Paul Valery) പ്രസ്താവം ഇന്ന് എങ്ങനെയെടുക്കും എന്ന കാര്യത്തിൽ സന്ദേഹമുണ്ട്. ഗദ്യമോ പദ്യമോ എന്നു നോക്കി ഇന്നാരും കവിതയുടെ മാറ്റ് നിർണ്ണയിക്കുകയില്ലല്ലോ. എന്നിരുന്നാലും ഭാഷയുടെ പൂർണ്ണത അന്നും ഇന്നും കവിയെ സംബന്ധിച്ച് പ്രധാനം തന്നെയാണ്. കവിതയെക്കുറിച്ചുള്ള പഴയ സങ്കൽപ്പങ്ങൾക്ക് ഇന്നു വലിയമാറ്റം സംഭവിച്ചിട്ടുണ്ട്. സമീപനങ്ങളിലും വ്യതിയാനമുണ്ടായിട്ടുണ്ട്. ഒരുവേള, കവി പറയാനുദ്ദേശിച്ചത് അതേപടി വാക്കുകളിൽ കൊത്തിവയ്ക്കാൻ കഴിഞ്ഞിരിക്കില്ല. എങ്കിലും എല്ലാക്കവികളും ഉപാസിക്കുന്ന ഒരു ലോകമുണ്ട്. അതാവട്ടെ, ആന്തരമായ അസ്വസ്ഥതകളുടെ ലോകമാണ്. നതികളുടെ, വിപരീത ശക്തികളുടെ ഉരസൽ എല്ലായ്പ്പോഴും സംഭവിക്കുന്നു

അവിടെ. നിത്യജീവിതത്തിന്റെ തിക്ത യാഥാർത്ഥ്യങ്ങളിൽപ്പെട്ട് ഉഴലുന്ന വേളയിൽ അകത്താരോ മന്ത്രിക്കുന്നു. ഇതല്ല നീ തേടിയ ലോകം. നമ്മുടെ വരുതിയിൽ നിന്ന് വഴുതിപ്പോയ ഒരു നിമിഷം, ഒരു വാക്ക്, ഒരു ലോകം എന്നും ഒരു വിദൂര താരകത്തെപ്പോൽ നമ്മെ മാടിവിളിച്ചുകൊണ്ടിരിക്കും. ഉറ്റവരും, നമ്മുടെ സങ്കൽപ്പത്തിലുള്ള ഒരു രാജ്യവും, സ്വന്തമായ ഇടവും നഷ്ടപ്പെട്ടവരുടെ ഒടുവിലത്തെ അഭയകേന്ദ്രമാണ് കവിത.

ഡോ. ബാബു ജോസഫിന്റെ ഈ പുതിയ കവിതാസമാഹാരം വായിച്ചു കഴിഞ്ഞപ്പോൾ, ഒരു ഊർജ്ജതന്ത്ര പ്രൊഫസർ, തനിക്ക് കവിതയുടെ രസതന്ത്രവും അന്യമല്ല എന്നു തെളിയിക്കുന്നതായി അനുഭവപ്പെട്ടു. ഒരു ശാസ്ത്രകാരൻ വസ്തുനിഷ്ഠമായി ഈ പ്രപഞ്ചത്തെ നോക്കിക്കാണുന്നതിൽ ബദ്ധശ്രദ്ധനായിരിക്കുമല്ലോ. ശാസ്ത്രചിന്തകരിൽ ആത്മനിഷ്ഠതയ്ക്കു പണ്ടേ ഇടമില്ല. പ്രകൃതി പ്രതിഭാസങ്ങളെയും പ്രാപഞ്ചിക ശക്തിവിശേഷങ്ങളെയും ഒരു ശാസ്ത്രകാരൻ പരീക്ഷണ നിരീക്ഷണോന്മുഖമായ അന്വേഷണബുദ്ധിയോടെ ആയിരിക്കും സമീപിക്കുക. അറിയപ്പെടുന്ന ശാസ്ത്രകാരനായ ഡോ. ബാബു ജോസഫ് നടന്നു പതിഞ്ഞ വഴിവിട്ട് ആത്മവത്തയ്ക്ക് പ്രാധാന്യം കൽപ്പിക്കുന്ന കവിതയുടെ വഴിത്താരയിലേക്കു പ്രവേശിക്കുന്ന കാഴ്ച കൗതുകമുളവാക്കുന്നതാണ്. ശാസ്ത്രകാരന് ബാഹ്യനേത്രമാണ് പ്രധാനമെങ്കിൽ ഒരു കവിക്ക് അത്രതന്നെ പ്രധാനമാണ് അന്തർനേത്രം നൽകുന്ന ഉൾക്കാഴ്ചകൾ. മൂർത്തമായ യാഥാർത്ഥ്യങ്ങളിൽ കാലുറപ്പിച്ചു നിന്നുകൊണ്ട്, അമൂർത്ത ലോകങ്ങളെ തേടി, പ്രതീക ലോകങ്ങളിലൂടെയുള്ള ഈ സഞ്ചാരത്തിൽ ആത്മാവിന്റെ അനുരണനങ്ങൾക്ക് കാതോർക്കുക എന്ന സൗന്ദര്യോപാസനയ്ക്കു കൂടി ഇദ്ദേഹം തയ്യാറാവുന്നു എന്നത് ചെറിയ കാര്യമല്ല. പ്രപഞ്ചത്തിൽ ഉദ്ഭൂതമായ ഭൗതിക ശക്തികളുടെ പൊരുൾ അന്വേഷിക്കുന്നതിനൊപ്പം മർത്യജീവിത സംത്രാസങ്ങളെക്കുറിച്ചും ഉത്കണ്ഠാകുലനാവുക എന്ന കവിധർമ്മവും സമ്യക്കായി നിറവേറ്റപ്പെടുന്നു ഇവിടെ. കവിതയെ എന്നും ഒരു തീവ്രവികാര (Passion) മായി കൊണ്ടു നടക്കുന്ന ഡോ. ബാബു ജോസഫിന്റെ കവിതകളിൽ പക്ഷേ, ഉൽകട വികാരങ്ങളോ തീവ്രമായ അഭിനിവേശങ്ങളോ കാണ്മാൻ കഴിയില്ല. അതിവൈകാരികതയെ ഒഴിവാക്കിയും നിർമമമായ ഒരു രചനാരീതി ദീക്ഷിച്ചു കൊണ്ടും കാവ്യരചന സ്വാഭാവികമാക്കിത്തീർക്കുന്നതിൽ അദ്ദേഹം നിഷ്ഠ പുലർത്തുന്നുണ്ട്. ജീവിതത്തെ നേർത്ത ഉപഹാസത്തോടെയും ക്രീഡാ ലോലുപമായ മനോഭാവത്തോടെയും സമീപിക്കുകയാണ് അദ്ദേഹത്തിന്റെ രീതി. ആർഭാടമേതുമില്ലാതെ, സ്വന്തമായി ഒരു കാവ്യഭാഷ സൃഷ്ടിക്കണമെന്ന വ്യഗ്രത പോലുമില്ലാതെ, എല്ലാറ്റിനെയും

കുസൃതിയോടെ നോക്കിക്കാണുന്ന അടക്കിപ്പിടിച്ച ഒരു ചിരിയുടെ അപരാഹ്ന പ്രഭയാണ് ഇതിലെ കവിതകളിൽ വ്യാപിക്കുന്നത്.

നാല്പത്തിയഞ്ച് കവിതകളാണ് ഈ സമാഹാരത്തിലുള്ളത്. ഇതിലെ കവിതകളെ ഒറ്റയൊറ്റയായെടുത്ത് വിടർത്തി വിവരിക്കാനുദ്ദേശിക്കുന്നില്ല ഇവിടെ. എങ്കിലും ഈ സമാഹാരത്തിലെ ചില കവിതകളുടെ സ്വഭാവം വ്യക്തമാക്കുന്നതിൽ തെറ്റില്ല എന്നു തോന്നുന്നു. 'മുന്നാക്കം പായുന്ന വണ്ടിയിൽ' തുടങ്ങിയ ജീവിതയാത്ര പിന്നീട് പിന്നാക്കം പായുന്ന കാഴ്ച കവിയെ വിസ്മയിപ്പിക്കുകയോ അമ്പരപ്പിക്കുകയോ ചെയ്യുന്നു. പരിണാമ പ്രക്രിയയിൽ മനുഷ്യനു മാത്രം സിദ്ധിച്ച ഗുണവിശേഷമാണ് സമയ ബോധം. തരുപക്ഷിമൃഗാദികൾക്ക് ഒരു സമയം മാത്രമേയുള്ളൂ. അതാവട്ടെ തത്സമയം എന്നു വിളിക്കുന്ന വർത്തമാനകാലം ആകുന്നു. വർത്തമാന കാലത്തു തന്നെയുള്ള ഒരു നിർദ്ദിഷ്ട സമയബിന്ദു മാത്രമാണ് ജീവിക ളുടെ യാഥാർത്ഥ്യം. കഴിഞ്ഞ കാലം, ജീവിക്കുന്ന കാലം, വരാനിരിക്കുന്ന കാലം എന്നുള്ള സമയബോധം ഹോമോസാപ്പിയൻസിനു മാത്രം കിട്ടിയ ഒന്നാണ്. ഈ കാലബോധം മൃഗത്തിൽ നിന്നും മനുഷ്യനെ വ്യതിരിക്ത നാക്കിത്തീർത്തു.

ഈ കാലബോധമാണ് മനുഷ്യരിൽ കലയും ആഖ്യാനവും ഒക്കെ സൃഷ്ടിക്കാൻ പ്രേരകമായിട്ടുള്ളത്. വർത്തമാനകാലത്തു നിന്നും ഭൂതകാ ലത്തേക്കും അവിടെ നിന്ന് ഭവിഷ്യൽ കാലത്തിലേക്കും സഞ്ചരി ക്കാനുള്ള അതിവിശിഷ്ടമായ ഈ സിദ്ധിയാണ് മനുഷ്യന്റെയുള്ളിൽ കവിഭാവന വളരുന്നതിനിടയാക്കിയത്. പിന്നാക്കം സഞ്ചരിച്ച് മധ്യവയസ്സ് പിന്നിട്ട് യൗവ്വനത്തിലേക്കും അവിടെ നിന്ന് ബാല്യകൗമാര ശൈശവങ്ങ ളിലേക്കും സഞ്ചരിക്കുന്ന കവിമനസ്സ് 'പിന്നാക്കം പായും തീവണ്ടി' എന്ന കവിതയിൽ അനുഭവവേദ്യമാണ്. 'പേരിലെന്തിരിക്കുന്നു' എന്ന കവിത യിൽ മനുഷ്യന്റെ ഐഡന്റിറ്റിയുമായി ബന്ധപ്പെട്ട ചിന്തയെ ഒരു മൃദു ഹാസത്തിന്റെ അകമ്പടിയോടെ അവതരിപ്പിക്കുകയാണ്. പേരുമാറ്റത്തിന്റെ ഉന്മാദം പെരുമാറ്റത്തിൽ വരുത്തുന്ന മാറ്റവും പേര് വ്യക്തിയെ തിരിച്ചറി യുക എന്നതിനപ്പുറം വേർതിരിവ് കാണിക്കാനും കൂടിയാണ് എന്ന വർത്തമാനകാല യാഥാർത്ഥ്യവും ഇക്കവിതയിൽ നിന്നൂറിവരുന്നുണ്ട്.

ടി എസ് എലിയട്ടിന്റെ, അഞ്ചു ഖണ്ഡങ്ങളായി രചിച്ചിട്ടുള്ള 'തരിശു ഭൂമി' യ്ക്ക് (The Waste Land) ഒരു പാരഡിക്കവിതയായി അനുഭവ പ്പെടുന്നു 'എലിയട്ടോർമ്മ: തരിശുഭൂമിയിൽ വീണ്ടും' എന്ന രചന. ശൂന്യത, സ്വയംകൃതം, ക്രമരാഹിത്യം, വെള്ളമടി, ശാന്തി എന്നിങ്ങനെ അഞ്ചു ഖണ്ഡങ്ങളായിട്ടാണ് ഈ കവിതയുടെ രചനയും നിർവഹിച്ചിട്ടുള്ളത്. എലിയട്ടിന്റെ കവിത രചിച്ചതിനുശേഷം ഒരു നൂറ്റാണ്ട് പിന്നിട്ട ഈയവ

സരത്തിൽ നമുക്കിടയിൽ നിറയുന്ന ശൂന്യതയുടെയും - തരിശിനുമേൽ തരിശിൻ പുതപ്പ് - മനുഷ്യന്റെ സ്വയംകൃതദുരന്തങ്ങളുടെയും എവിടെയും വ്യാപിക്കുന്ന ക്രമരാഹിത്യത്തിന്റെയും ചിത്രം അല്പം ഹാസദ്യോതകമായ ഭാഷയിൽ കുറിച്ചിടുകയാണിവിടെ. തരിശു ഭൂമിയുടെ നാലാം ഖണ്ഡത്തിന്റെ ശീർഷകം Death by Water എന്നാണ്. ബാബു ജോസഫിന്റെ കവിതയിൽ നാലാം ഖണ്ഡത്തിനു നാമകരണം ചെയ്തിട്ടുള്ളത് വെള്ളമടി എന്നാണ്. കൃത്യമായ അർത്ഥത്തിൽ ഇതൊരു പാരഡിക്കവിത എന്നു പറയാനാകില്ല. ഒരു കുസൃതിക്കവിത എന്നു വിശേഷിപ്പിക്കാൻ കഴിയുന്ന ഒന്നാണിത്.

'അവൾ ഗ്ലാസ്സുയർത്തി ടോസ്റ്റി

ഒപ്പം തുള്ളി രുചിക്കാൻ തോഴർ

അവർ നുണയും ദ്രാവകം വീഞ്ഞല്ല,

വീരശൂര സാക്ഷാൽ സ്വദേശി ജവാൻ'

നിലനില്പിന്റെ അസ്വസ്ഥതകളോടും അസ്തിത്വ ശൂന്യതയോടും വ്യർത്ഥമാണെങ്കിൽപ്പോലും കലഹിച്ച് ഒരുവേള മാറിനിന്ന് തന്നെത്തന്നെ വിലയിരുത്താൻ ശ്രമിക്കുന്നതുമായ ചില കവിതകൾ ഈ സമാഹാരത്തിൽ വായിക്കാം. ആത്മാവിഷ്കാരത്തിനു തുനിയുമ്പോൾ, ആത്മത്തെയറിഞ്ഞാലല്ലേ അതിനു പാടുള്ളു? കവി തന്റെ പഴഞ്ചൻ നിഘണ്ടുവിൽ 'ഞാൻ' എന്ന പദത്തെ നിർവ്വചിക്കുന്നത് അവയവങ്ങളെ നിരസിച്ച് വികാരവിചാരങ്ങൾ സാന്ദ്രീകരിച്ച കൊടും ശൂന്യതയെന്നാണ്. വിശപ്പും ദാഹവും ശരീരത്തിനനുഭവപ്പെടുന്നതിനു മുന്നേ തന്നിൽ തുടികൊട്ടിപ്പാടുന്നു. താൻ വെറുമൊരു ശരീരം മാത്രമോ എന്നു കവി സാകൂതം ആത്മപരിശോധന ചെയ്യുന്നതായി നാം അറിയുന്നു. ഒടുവിൽ, ഈ കവിതകളുടെ പൊതുസ്വഭാവമായ കൂസലില്ലായ്മയും നർമ്മവും വിട്ട് തെല്ലുനേരം വിഷാദ പർവ്വത്തിലെത്തിച്ചേരുന്നു.

'സത്യത്തിൽ വെറുമൊരു

കിനാവാണു ഞാൻ.' എന്ന് ഏറ്റുപറയുന്നു. എത്രയോ കാലത്തെ മുന്നോട്ടുള്ള പ്രയാണത്തിന്റെ ഫലശ്രുതിയായി തെളിഞ്ഞുകിട്ടിയ ഭാഷണകലയെ അഭയ മുദ്രയാക്കി മാറ്റി ശുദ്ധവും സ്വച്ഛസുന്ദരവുമായ ഒരു സംസ്കൃതിയെയല്ല മാനവകുലം ഉപാസിക്കുന്നതെന്നും വാക്കുകൾ അവയുടെ വിശുദ്ധി നഷ്ടപ്പെട്ട് നിഷ്ഠുരമായി പരിണമിക്കുന്നത് എങ്ങനെയെന്നും സൂചന നൽകുന്നു 'വായ വിട്ടിറങ്ങും വാക്കുകൾ' എന്ന കവിത.

'ഓർക്കാപ്പുറത്ത് വായിലെ വാട വിളമ്പാനായ്

വാക്കുകൾ വെളിയിലിറങ്ങുന്നു' എന്നും

'എറിഞ്ഞു വീഴ്ത്തും
മാങ്ങാക്കുല പോൽ
ചിതറിത്തെറിക്കുന്നു
പച്ചത്തെറിപ്പദങ്ങൾ.'

വാക്ക് മനുഷ്യനെ ഒന്നിപ്പിക്കാനുള്ളതാണ്. ഭിന്നിപ്പിക്കാനുള്ളതല്ല. ചിതറിത്തെറിക്കാനും തെറിപ്പിക്കാനും അതുപകരിക്കുമ്പോൾ ഭാഷ മാത്ര മല്ല ഒരു സംസ്കൃതിയും തകരുന്നു. അഹങ്കാരം മൂത്ത മനുഷ്യനെ പാഠം പഠിപ്പിക്കാനായി ബൈബിളിലെ ദൈവം മനുഷ്യന്റെ ഭാഷ കലക്കു കയാണ് ചെയ്തത്.

അക്ഷരങ്ങൾ നാശമില്ലാത്തവയാണ്. വാക്കിൽത്തന്നെ ആ നാശ മില്ലായ്മ സൂചിതമാണ്. നാം അതിനെ നശിപ്പിക്കാൻ തുനിയാതിരുന്നാൽ മതി. അക്ഷരങ്ങളിലുറങ്ങുന്ന ആത്മാക്കളെ ഭയക്കുന്ന ഭരണകൂടങ്ങളും രാജാക്കന്മാരും എഴുത്തിൽ കട്ടപിടിച്ചു കിടക്കുന്ന രാജദ്രോഹത്തെ കുറ്റാ ന്വേഷകരെപ്പോൽ തിരയുന്ന ചിത്രം 'അക്ഷരാസ്ത്രം' എന്ന കവിതയിൽ കണ്ടെത്താം.

'ആരും ജയിക്കാത്ത
കളികളാണു യുദ്ധങ്ങൾ
അവയിലകപ്പെട്ടാൽ
അന്തിമ പരാജയം നിശ്ചയം.'

ലോകം യുദ്ധമെന്ന ആപൽകരമായ കളിയിലേർപ്പെട്ടുകൊണ്ടിരിക്കു മ്പോൾ അതുകണ്ട് നിസ്സഹായരായി നിൽക്കാൻ വിധിക്കപ്പെട്ട സാധാരണ മനുഷ്യന്റെ ചിന്തകളാണീ വരികളിൽ മുഴങ്ങിക്കേൾക്കുന്നത്.

സൗഹൃദത്തിന്റെ ചൂടിനും ചൂരിനും പകരം സംഘർഷത്തിന്റെ ചെഞ്ചോര പഥ്യമായിട്ടുള്ള ഒരു നവലോകത്തെക്കുറിച്ച് ഉൽകണ്ഠപ്പെടുന്ന 'നിരർത്ഥക വേദം'

'പിച്ചവയ്ക്കാൻ തുടങ്ങിയ
നൂറു കുട്ടിക്കുറുമ്പുകൾ
വാത്സല്യത്തിടമ്പുകൾ
ജീവൻ വെടിഞ്ഞ നിമിഷം
മനുഷ്യരെറിയും മാലിന്യങ്ങൾ
വിഴുങ്ങും കടൽ കോപിച്ച്
കൈകാലുകൾ ശോഷിച്ച
കരയെ കവർന്നെടുത്തു.' (പ്രതീക്ഷ)

കുരുന്നു ജീവനെ യുദ്ധത്തിന്റെ തീനാമ്പുകൾ നക്കിത്തുടയ്ക്കുന്ന വർത്തമാനകാല ലോകത്ത് ഈ കവിത നമ്മെ പൊള്ളിക്കുക മാത്രമല്ല, ആസന്നമായ മഹാദുരന്തത്തെ പ്രവചിക്കുകയും ചെയ്യുന്നു. യഥേഷ്ടം തിരുത്തപ്പെടുന്ന ചരിത്രത്തിൽ ഇന്നത്തെ താരകങ്ങൾ നാളത്തെ തമോ ഗർത്തങ്ങളായി മാറുന്നത് കവി മുന്നറിയിപ്പു നൽകുന്നു.

'പണ്ടൊക്കെ
പത്തോ പന്ത്രണ്ടോ പേർ
കൂടവേ
അതിലൊരാൾ
യൂദാസായിരുന്നു
ഇന്നാകട്ടെ,
വെറും മൂവാളൊരുമിച്ചാൽ
ഒരുവൻ
യൂദാസാകുന്നു.'

'യൂദാസ്' എന്ന കവിതയിൽ കാലം മാറുന്നതിനൊത്ത് മനുഷ്യന്റെ സ്വഭാവത്തിനു സംഭവിക്കുന്ന പരിണാമത്തെ ഇങ്ങനെ രേഖപ്പെടുത്തുന്നു. അവനവന്റെയുള്ളിൽ മറഞ്ഞിരിക്കുന്ന ശത്രുവിനെ തിരിച്ചറിയുകയാണ് ഇന്ന് അടിയന്തരമായി ചെയ്യേണ്ട കാര്യം. ആ തിരിച്ചറിവിന്റെ നിമിഷ ത്തിൽ മാത്രം ഒരാൾ വിവേകിയായിത്തീരുന്നു. ശത്രു പുറത്തല്ല, അക ത്താണെന്ന് ഒരു വെളിപാടുപോലെ കണ്ടെത്തുന്നുണ്ട് 'എന്നെ കണ്ടെ ത്തൽ' എന്ന കവിതയിൽ.

ഈ വിപരീത കാലത്തിന്റെ മരുപ്പരപ്പുകളിൽ ഇടറിനീങ്ങുമ്പോൾ കവിത ഒരിറ്റു ജലമായി എന്നും കൂടെയുണ്ടാവട്ടെ! ഏതു ഊഷര കാല ത്തെയും മറികടക്കാൻ സഹായിക്കുന്ന, പ്രാണനെ ചലിപ്പിക്കുന്ന 'പുനർന്നവ' *മായി ഡോ. ബാബു ജോസഫിന്റെ കവിത വീണ്ടും വീണ്ടും തളിർക്കട്ടെ എന്ന് ആശംസിക്കുന്നു.

അടിക്കുറിപ്പ്:

പുനർന്നവ: ഒരു പച്ചമരുന്ന്. വേനൽക്കാലത്ത് പൂർണ്ണമായി ഉണങ്ങി പ്പോയി വീണ്ടും തളിർത്തുവരുന്ന ഈ ചെടി ഒരു ഔഷധമാണ്.

ഉള്ളടക്കം

പേരിലെന്തിരിക്കുന്നു?

ഒരു പേരിലെന്തിരിക്കുന്നു?
ഇച്ചോദ്യമാദ്യം ഉന്നയിച്ച-
തൊരു വിശ്വമഹാകവി
എന്നാൽ സ്വന്തം പേരുമാറ്റി
അദ്ദേഹമാർക്കും
മാതൃകയായില്ല

നൂറ്റാണ്ടുകൾ പിന്നീടവേ
നഗരങ്ങൾ രാജ്യങ്ങൾ
അതിർത്തികൾ വേലികൾ
മതിലുകൾ മതങ്ങൾ
ഒക്കെയും പേരുമാററത്തിന്റെ
ലാസ്യലഹരിയിൽ വീണു

പെരുമാറ്റത്തിലുണ്ട്
പേരുമാറ്റത്തിന്റെ ഉന്മാദം
രാഷ്ട്രീയപ്പാർട്ടികളിൽ
കാലുമാറ്റം പേരു
പുതുക്കലിനു സമം
പഴയ വീഞ്ഞ് പുതിയ
കുപ്പിയിലാക്കി
വിൽക്കും പോലെ

പലർക്കു, മിപ്പോൾത്തന്നെ
ഒന്നിലേറെ പേരുകൾ :
ജനന രജിസ്തരിലെ പേര്
സ്വന്തക്കാർ വിളിക്കും ചെല്ലപ്പേര്
സ്നേഹിതരിട്ട സ്നേഹപ്പേര്
ശത്രുക്കളെറിയും ദ്രോഹപ്പേര്
ആലോചിച്ചിതിലൊരെണ്ണത്തെ
ഒപ്പം കൂട്ടിയാലോ..?

സ്വന്തം പേര് മാറ്റാൻ മോഹം
ആഴത്തിലുറങ്ങുന്നൂ പലരിലും
പേരത്ര പോരെന്ന
അപകർഷതാബോധം
അവരിൽ തല നീട്ടുന്നുവോ?

ഇങ്ങനെയൊരോന്ന്
ചിന്തിച്ചിരിക്കേ
കേട്ടൂ സ്വപ്നത്തിലൊരു
കേളികൊട്ട് :
ഇന്നേയ്ക്ക് പത്തുനാളിൽ
പൗരരെല്ലാം പഴയ പേര് മാറ്റി
പുതിയ പേര് രജിസ്തർ
ചെയ്യേണ്ടതാണ്
അങ്ങനെ ചെയ്യാത്തോരെ
രാജ്യത്തിന്റെ

പൗരത്വത്തിൽ നിന്ന് നീക്കം
ചെയ്യുന്നതാണ്
അറിയിപ്പ് കേട്ടമാത്രയിൽ
തുടങ്ങീ ഞാൻ നെട്ടോട്ടം
പുത്തൻ പേരന്വേഷിച്ച്

പൗരത്വമില്ലാ പ്രജയായ്
തെണ്ടിത്തിരിയാൻ
ഈ പ്രായത്തിലൊട്ടും
വയ്യെനിക്ക്
എന്തു പേരു വേണേലും
സ്വീകരിക്കാൻ തയ്യാർ

കള്ളപ്പണം പുറത്തു
കൊണ്ടുവരാൻ രാജ്യങ്ങൾ
ഉയർന്ന മൂല്യ നോട്ടുകൾ
ഇറക്കുകയും പിന്നീടത്
റദ്ദാക്കുകയും ചെയ്യുന്നു

കള്ളപ്പേരുകളിൽ വിലസും
പകരപ്പേരുകാരെ
കണ്ടെത്തി നികുതി ചുമത്തി
സംഹരിക്കാനുപകരിക്കും
പേരുമാറ്റ തന്ത്രം!

വേറെയും ഗുണങ്ങളുണ്ട്:
ജാതി മത വർഗ്ഗ ലിംഗ നീതി
സത്യമാകാം
മുന്നോക്ക-പിന്നാക്ക
ഭൂരിപക്ഷ-ന്യൂനപക്ഷ
ഭിന്നതകൾ
മാഞ്ഞു പോകാം

പിന്നെയും പിന്നെയും
നേട്ടങ്ങൾ!

പിന്നാക്കം പായും തീവണ്ടി

ഞാൻ കേറിയ വണ്ടി
പിന്നാക്കം പായും തീവണ്ടി
മുന്നാക്കം പാഞ്ഞാണാരംഭം
എന്നാലെപ്പോഴാണ്
ദിശ തിരിച്ചതെന്നറിയീല
കാഴ്ചകൾ കണ്ടു മദിച്ചിരിക്കേ
മരങ്ങൾ മലകൾ കെട്ടിടങ്ങൾ
കൊടിതോരണങ്ങൾ
മൃഗങ്ങൾ പക്ഷികൾ
ആളുകൾ വാഹനങ്ങൾ
എല്ലാമെല്ലാം മുന്നോട്ട്
ആഞ്ഞുവലിഞ്ഞു പായുന്നു
കൈയ്യിലെ വാച്ച്
കാട്ടിയത്
ഭൂതത്തിൽ
ഘനീഭവിച്ച കാലം
ഈ യാത്ര തുടർന്നാൽ
ഒരിക്കലും ഞാൻ
ലക്ഷ്യസ്ഥാനം കാണില്ലെന്ന്
ബോദ്ധ്യമായ്
പൊടുന്നനെ ഇരച്ചു കേറിയ
വിഭ്രാന്തിയിൽ
ചങ്ങല പിടിച്ചു വലിച്ചൂ
ഭ്രാന്തിളകിയ ആന കണക്കെ
പൊടുന്നനെ വണ്ടി
വേഗം കൂട്ടി

വിയർപ്പൊഴുക്കി
കിതപ്പിലമർന്ന്
ചാഞ്ചാടാൻ തുടങ്ങി
എന്റെ ജീവിത ഘട്ടങ്ങൾ
ഓരോ സ്റ്റേഷനിലും
തെളിഞ്ഞു വന്നു
അവിടെയൊക്കെ
ആളെ ഇറക്കി, ആളെ കേറ്റി
വണ്ടി പിറകോട്ട് കുതിച്ചു
മധ്യവയസ്സ് യൗവ്വനം
കൗമാരബാല്യങ്ങൾ
ശൈശവം
ഒടുവിലൊരു ഗർഭപാത്രത്തിൽ
ചെന്നു നിന്നു
അവിടെ ഇറങ്ങി
കുറച്ചു ദൂരം നടക്കേ
ബീജവും അണ്ഡവുമായ്
ഞാൻ വേർപെട്ടു
സവിശേഷഗുണസാകല്യമായ്
അണ്ഡം നിശ്ചലം
നിർഗ്ഗുണസത്തയായ് ബീജം
മൂലത്തിലേയ്ക്ക് ചാട്ടം
സന്ധികളറ്റ് വണ്ടി
എങ്ങോ പോയ് മറഞ്ഞു.

എലിയട്ടോർമ:തരിശുഭൂമിയിൽ വീണ്ടും

1. ശൂന്യത

തരിശുഭൂമിയിൽ വിലക്ഷണ ഭൂതം
ആശ്ലേഷിച്ചനുഗ്രഹിക്കേ,
തരിശിനു മേൽ തരിശിൻ പുതപ്പ്
തിരിനാളങ്ങൾ കെട്ടുപോയിവിടെ
കച്ചവടത്തിന് സാധ്യതയില്ല
ശൂന്യതയിൽ കണ്ണുംനട്ട് കടയുടമസ്ഥ:
കൊടുക്കൽ വാങ്ങൽ നിന്നു പോയ്
ഇവിടൊരു വസ്തുവുമില്ല സാറേ
പൊക്കോ പൊക്കോ, പൊന്നു സാറേ!
പിന്നെയുമയാൾ ചുറ്റിപ്പറ്റി നിൽക്കേ
ചീറിക്കൊണ്ടവൾ ചീറ്റപ്പുലിയായി:
ഇനി,യിക്കടയിൽ ഞാനേ ഉള്ളൂ
വിൽക്കാനോ, പണയപ്പെടുത്താനോ
തയ്യാറല്ല ഞാൻ, നല്ല ചേട്ടാ
പൊക്കോ പൊക്കോ, ഓടിപ്പൊക്കോ

2. സ്വയംകൃതം

നോക്കെത്താ ദൂരം മൂടും മണൽക്കാട്
മുൾച്ചെടികൾ മരപ്പൊത്തുകൾ
ഇണ ചേർന്നു പുളയും വിഷപ്പാമ്പുകൾ

പൊയ്പോയ നൂറ്റാണ്ടിലെന്തെന്തു
മാറ്റങ്ങൾ : നിർമ്മിത സൗധങ്ങൾ തീ
കത്തി,യല്ലെങ്കിലിടിഞ്ഞു വീണു നാശം
മണ്ണിലെ രക്തക്കറകൾ മാറാത്ത
മനുഷ്യന്റെ സ്വയംകൃത ദുരന്തം
ദാരിദ്ര്യത്തിൽ നട്ടം തിരിഞ്ഞാലും
വിശ്വാസം വിട്ടുള്ള കളികളില്ലാർക്കും
യുക്തിവിരുദ്ധമെങ്കിലും ആചാരങ്ങളെ
തള്ളിപ്പറയില്ലൊരിക്കലുമാളുകൾ
കൊല്ലാനും കൊല്ലപ്പെടാനും തയ്യാർ

3. ക്രമരാഹിത്യം

മാനവ സ്വപ്നങ്ങൾ പോലെ
കാലാവസ്ഥയിലും ക്രമമില്ല
ക്രമരാഹിത്യം വേണ്ടതിലേറെ
കൊടും വേനൽ കണ്ണടയ്ക്കും മുമ്പേ
കനത്ത മഴയിൻ രൗദ്രതാളം
ചക്രവാതം കൊടുങ്കാറ്റ് പേമാരി
സംഹാരകർ, കള്ളത്തിരുമാലികൾ
ജന്മാന്തര സുഹൃത്തുക്കൾ
വേനൽച്ചൂടിൽ കരിഞ്ഞു പോയോർക്ക്
ദാഹജലം കിട്ടാതെ വരണ്ടുമരണം
പ്രളയത്തിൽ നീന്തിത്തുടിച്ചോർ
വെള്ളം കുടിച്ചു വയറു വീർത്ത്
ശ്വാസംമുട്ടി മരിച്ചത് മറക്കുമോ?

സൂര്യഭഗവാനൊരു തോന്നലിന്
വെള്ളമത്രയും കുടിച്ചു വറ്റിച്ചാൽ?

4. വെള്ളമടി

അവൾ ഗ്ലാസ്സുയർത്തി ടോസ്റ്റി
ഒപ്പം തുള്ളി രുചിക്കാൻ തോഴർ
അവർ നുണയും ദ്രാവകം വീഞ്ഞല്ല,
വീരശൂര സാക്ഷാൽ സ്വദേശി,
ജവാൻ; തൊഴിയുടെ ശക്തി പോരെന്നാൽ
വോഡ്കയും ചേർത്ത് നീറ്റായൊരടി,
ഇനിയും കൂട്ടാം തലയ്ക്കിട്ടുള്ള ഇടിയൂക്ക്.
രാജേ, രഞ്ചൂ, മാത്തൂ, ഷീലേ, നീലേ,
അല്പം കൂടി തൊഴിയാവാമെന്നുരച്ചത്
ഹരിയെന്നവൾ വിളിക്കും പോത്തൻ
വേണ്ടാ, വേണ്ടായെന്നുറക്കെച്ചൊല്ലീ
വെള്ളമടിക്കുന്നതെന്തിനാണെന്ന് നീല
എല്ലാവേദനയും മറന്നു കളയാൻ
സ്വപ്നസഞ്ചാരികളാവാൻ മോളേ!

5. ശാന്തി

പാട്ടിലേയ്ക്ക്, കൂത്തിലേയ്ക്ക്
തിരിഞ്ഞ കൂട്ടായ്മയെ
മെല്ലെ തടവിയാവാഹിച്ച്
വീരസ്വർഗ്ഗത്തിൻ
പടവുകളിലേയ്ക്ക് ഗന്ധർവ്വൻ
ആനയിക്കുന്നത് കണ്ടോ?
ഒരു വെള്ളപ്പൊടിക്കിത്ര കരുത്തോ?

ചിറകുകൾ വിടർത്തി
കാലുകളടിച്ച് വായുവിൽ
ഓളങ്ങളിളക്കി കൂട്ടുകാരവർ
പറന്ന് പറന്ന് പറന്ന്
ശാന്തി ശാന്തി ശാന്തി
ഏകമാം സത്യത്തെ
പലതായ് കാണ്മത് വിഭ്രമം
ഏകം സദ് വിപ്രാ ബഹുധാ വദന്തി.

പ്രതിഭാസം

പല്ലിൽ വിടരുന്നതൊക്കെ ചിരിയല്ല
കണ്ണിൽ ഒഴുകുന്നതൊക്കെ കണ്ണീരല്ല
നാവിൽ ഉതിരുന്നതൊക്കെ വാക്കല്ല
അന്തമില്ലാതലയുന്നു ചിന്തകൾ
സ്ഥാനവേഗങ്ങൾ ലക്കുകെട്ട്.

അച്ചടക്കക്കുപ്പായമിട്ട ജീവിതം
പൗരപ്രമുഖനെന്ന് നാട്യം
സത്യത്തിലാരും ആരുമല്ല
കവിയല്ല കാമുകനല്ല
കഥകൾ മെനയും
മാന്ത്രികനല്ല
രാജാവല്ല നേതാവല്ല
കണ്ണുരുട്ടും അധികാരിയല്ല
ശാസ്ത്ര സാങ്കേതികനല്ല
സൂപ്പർ സ്പെഷ്യാലിറ്റി
കൈപ്പുണ്യ ഭിഷഗ്വരനല്ല
സ്വന്തം വിഗ്രഹം ചുമക്കും
സിനിമാ-സീരിയൽ താരമല്ല.

പാപിയോ പുണ്യാളനോ
ഭക്തനോ വിഭക്തനോ

അവതാരമോ വേതാളമോ
പരീശനോ പുരോഹിതനോ
വണിക്കോ വഞ്ചകനോ അല്ല
അരച്ചാൺ വയറു നിറയ്ക്കാൻ
കുടുംബം പുലർത്താൻ
പാടുപെടുമൊരു നിസ്സാരൻ.

പ്രകൃതി നിയോഗങ്ങൾ
അനുസരിക്കാൻ മാത്രം ശീലം
എതിർത്താൽ നിലനില്പ്
സാധ്യമല്ലെന്നറിയാമെങ്കിലും
വെറുമൊരു ജീവിയല്ലിത്
ചലനാത്മക പ്രതിഭാസം
പച്ച മനുഷ്യൻ.
കാപട്യങ്ങളിൽ രമിക്കും,
തന്ത്രങ്ങളിൽ പൊതിയും
പ്രതിഷേധം.

വംശനാശ ഭീഷണിയിൽ വർഗ്ഗം
നട്ടം തിരിയും നാളുകൾ
ദുരിതത്തിന്മേൽ
ദുരിതം വർഷിച്ച്
സമ്രാട്ടുകൾ തമ്മിൽ പോര്
സമാധാനം പ്രസംഗിക്കുന്നോർ
വെറുപ്പിന്നപ്പസ്തോലർ

പരമാധികാര മോഹികൾ
അതിമാനുഷരെന്ന്
വീമ്പിളക്കുമിവരെ ചുറ്റി
സർവ്വലോകവും ഭ്രമണം.

വെറുമൊരു കിനാവ്

ഒരു കുഞ്ഞുസ്വപ്നത്തിൻ
വർണ്ണച്ചിറകിലേറി
കറുപ്പ് കനത്ത
രഹസ്യ വിഹായസ്സിൽ
സ്വൈരവിഹാരം

അവിടെ മുമ്പേ
തമ്പടിച്ചു തകർക്കും
കനവുകളെ ചുംബിച്ച്
ഉല്ലാസയാത്ര
ഉറക്കക്കപ്പലിൽ

ഒരു കൊടുങ്കാറ്റ്
ആഞ്ഞടിച്ചെന്നെ
മൃതസ്വപ്നങ്ങൾ
ശയിക്കും ശവപ്പറമ്പിൽ
കൊണ്ടുപോയ്

എന്റെ മനസ്സിന്റെ
ഏകാന്ത കോട്ടയിൽ കേട്ടു
അടക്കിപ്പറച്ചിലുകൾ

നീണ്ട നിശ്വാസങ്ങൾ
തേങ്ങലുകൾ
എന്നാലതൊന്നും
കേട്ടില്ലെന്ന് നടിച്ച്
പുതിയൊരു
കിനാവിന്റെ തടിയൻ
സാക്ഷയെടുത്തു

നിങ്ങളോർക്കും
ഇവനൊരു സമ്പൂർണ
സാപിയനെന്ന്;
സത്യത്തിൽ വെറുമൊരു
കിനാവാണു ഞാൻ

കിടപ്പറകൾ തേടി
അലയും മോഹപ്പക്ഷി
ചില നേരങ്ങളിൽ
മനുഷ്യനാം ഭീകരതയായ്
സ്വരൂപം മാറും സത്വം

എന്റെ പഴഞ്ചൻ നിഘണ്ടുവിൽ 'ഞാൻ'

എന്റെ പഴഞ്ചൻ നിഘണ്ടുവിൽ
'ഞാനെ'ന്ന പദത്തെ
നിർവ്വചിക്കുക
അവയവങ്ങളെ നിരസിച്ച്
വികാരവിചാരങ്ങൾ
സാന്ദ്രീകരിച്ച കൊടും
ശൂന്യതയെന്നാണ്

ഒരെല്ലിൻ കൂടോ
മാംസരക്താദികളോ
എന്റെ കാഴ്ചകരണങ്ങളെ
വിഘ്നപ്പെടുത്തുന്നില്ല
എങ്കിലുമീ ഇല്ലായ്മ
ഉണ്ടായ്മയെപ്പോലെ
തകർത്തു തിമിർക്കുന്നു

വിശപ്പും ദാഹവും
ശരീരമറിയും മുന്നേ
എന്നിൽ തുടികൊട്ടുന്നു

യുക്തിയും അയുക്തിയും
വഴികൾ വരയ്ക്കുന്നു
അരൂപികളായ് നിൽക്കും
ഇരുട്ടുവെളിച്ചങ്ങളിലേയ്ക്ക്

തപ്പിത്തടഞ്ഞും വീണും
വീണ്ടുമെണീറ്റു വേച്ചും
മുന്നോട്ട് നീങ്ങുന്നു ഞാൻ
എന്നെപ്പോലെ നിരവധി
ശൂന്യതകളുമായേറ്റുമുട്ടി
കാമിച്ചും കലഹിച്ചും
എറിയപ്പെടുന്നൂ എങ്ങോട്ടോ

സ്ഥലകാലരാശികളോ
വിലക്കുകളോ തടയാത്ത
രഥ്യകളിലൂടെ സഞ്ചാരം
പരസ്യ സുഹൃത്തുക്കളും
രഹസ്യ ശത്രുക്കളും
ആമോദിക്കുമെങ്കിലും
പൂർണ സ്വാതന്ത്ര്യമുണ്ടെനിക്ക്

ശരിതെറ്റുകളെ തൂക്കി നോക്കാൻ
വിധി പറയാൻ ന്യായാധിപരില്ല
വാളോങ്ങും മാധ്യമങ്ങളില്ല
ഉണ്ടെങ്കിൽത്തന്നെ
കൊടുങ്കാറ്റാവാനാവാത്ത

പൊന്നിളം കാറ്റാണവ
തടസ്സങ്ങളെ തള്ളി
ഊർജം മുന്നേറുമ്പോൾ
ഭാരമായ് ശരീരമില്ലെങ്കിലും
എത്ര കാലം നീളും
നിലനില്പിന്നസ്വസ്ഥതകൾ,
അനിർവ്വചനീയമാമീ
വിഷാദപർവ്വം!

പുതിയ ആകാശം, പുതിയ ദൈവങ്ങൾ

ആദ്യമവർ നാടകത്തെ തള്ളിപ്പറഞ്ഞു
നാടകശാലകളിൽ പോകാതായി
ബെർണാർഡ്ഷോ മാതൃകയിൽ
എഴുതപ്പെട്ട നാടകങ്ങൾ
വായിക്കാൻ പോലും കൂട്ടാക്കിയില്ല
പിന്നീടുണ്ടായത്
കവികളുടെ ജനപ്പെരുപ്പമായിരുന്നു
പദ്യം ഗദ്യത്തെ ആക്രമിച്ച കാലം
ഗദ്യത്തിൽ പദ്യം നിവേശിച്ച്
വാക്യങ്ങളെ വിഴുങ്ങി
രൂപകങ്ങളും പ്രയോഗങ്ങളും
ബൗദ്ധികാകാശത്തിൽ പ്രദർശിപ്പിച്ചു
ക്രമേണ കഥകളെന്ന പേരിൽ
ചില ഖണ്ഡങ്ങൾ അടയാളപ്പെട്ടു
ചിലത് വയറു വീർത്ത്
നോവലെറ്റുകളും
നോവലുകളും ആയി
അവയ്ക്കിടയിൽ നിന്ന്
ആധുനിക ഇതിഹാസങ്ങൾ

ആവിർഭവിച്ചു,
പുത്തൻ മതങ്ങളെ
മുളപ്പിച്ചു, നനച്ചു വളർത്തി
സംസ്കാരത്തിന്റെ
ഭാഗമായ് മാറ്റി
തഥ്യയും മിഥ്യയും കൂട്ടിക്കലർത്തി
രചിച്ച വിശുദ്ധ ഗ്രന്ഥങ്ങൾ
സർഗ്ഗാത്മകതയ്ക്ക് മറപിടിക്കുന്നു
ഇതിഹാസകഥാപാത്രങ്ങൾ
ജനഭാവനയിൽ
ശക്തരാം ദൈവങ്ങൾ
അവയുടെ സ്രഷ്ടാക്കൾ
ആദികവികളും ചിന്തകരുമായ്
വാഴ്ത്തപ്പെടുന്നു,
കണ്ടില്ലേ കാലത്തിന്റെ കോലം

ലോക കവിതാ ദിനം, മാർച്ച് 21

കവിതാപ്രളയത്തിൽ
മുങ്ങിത്തപ്പുന്നു മുത്തുകൾക്കായ്
ആർക്കും ചെയ്യാവുന്ന നല്ല കാര്യം,
കവിത വായിക്കാതിരിക്ക
കുത്തിക്കുറിക്കാതിരിക്ക
വായിച്ച വരികളെ
എഴുതിയ വാക്കുകളെ
വധിക്കാതിരിക്ക
കാലപ്രവാഹത്തിൽ
ഏതെങ്കിലുമൊരു
തുരുത്തിൽ തട്ടിയവ
നിസ്തേജമാവട്ടെ
അടുത്ത കവിതാ ദിനത്തിൽ
പിഴുതെറിയപ്പെടും വരെ

വായ വിട്ടിറങ്ങും വാക്കുകൾ

വായിലെവിടെയോ പമ്മി
ഇരിക്കുന്നുണ്ട,ദ്ഭുതം!
വായിലല്ല വയറിലല്ല മൂക്കിലല്ല
തുപ്പലിലല്ല ശ്വാസത്തിലല്ല
എന്നാലെവിടെയുമുണ്ടുതാനും
ഓർക്കാപ്പുറത്ത്
വായിലെ വാട വിളമ്പാനായ്
വാക്കുകൾ വെളിയിലിറങ്ങുന്നു

നല്ല വാക്കും പൊട്ടവാക്കും
ഒരേ ഗർഭത്തിൽ പിറന്ന മക്കൾ
പക്ഷേ, പിതാക്കൾ
വ്യത്യസ്തരെന്ന്
വ്യാകരണപ്പാണിനിമാർ
വിധി പറയുന്നു

വേതാളങ്ങളായ് നാവിന്മേൽ തൂങ്ങുന്നു
പദങ്ങളെ,ന്നാംഗലേയ മനീഷികൾ
അതു കൊണ്ടല്ലേ,യവർ
ഭാഷയെ മനുഷ്യന്റെ നാവെന്ന്
വിളിച്ചോമനിക്കുക:

അമ്മനാവ് അച്ഛൻനാവ്
അമ്മൂമ്മനാവ് അപ്പൂപ്പൻനാവ് ...

മാവിൽനിന്ന് മാങ്ങ പിടി
വിടുമ്പോലെ വാക്കുകൾ പിടഞ്ഞു വീഴുന്നേരത്തെ
വിറയലിരമ്പം കേൾക്കാനിമ്പം
സാഹസികരാം പിള്ളേർ
എറിഞ്ഞു വീഴ്ത്തും മാങ്ങാക്കുല പോൽ
ചിതറിത്തെറിക്കുന്നൂ
പച്ചത്തെറിപ്പദങ്ങൾ

വാക്കുകൾ സ്വന്തം ശുദ്ധാശുദ്ധികൾ
സന്ദർഭത്തിനൊത്ത്
നിർവ്വചിക്കുന്നു
'തന്തയ്ക്കോ തള്ളയ്ക്കോ
വിളിക്കുന്നത്' ചീത്തയും
ചിലയിടങ്ങളിൽ ചില നേരങ്ങളിൽ
ദൈവസ്തുതിയും ആയിടാം

എന്നാല, ശ്ലീല പദങ്ങൾ രംഗങ്ങൾ
കൂട്ടം ചേർന്നു രസിപ്പിച്ചിരുന്ന
മഞ്ഞപ്പുസ്തകങ്ങളും നീലച്ചിത്രങ്ങളും
മേലിലാരെയും ത്രസിപ്പിക്കില്ല
കാരണമെന്തെന്നോ?
ഏഴുവർണങ്ങളും

പാഴ്ശൂന്യതകളും
നിറഞ്ഞു നില്ക്കുന്നുണ്ടെവിടെയും

ഡിജിറ്റൽ പകർപ്പുകൾ
പ്രചാരത്തിലാകുന്ന കാലം
വാക്കുകൾ വായവിട്ട്
വായുവില,ലയാൻ നീക്കം
സുസ്ഥിര ശബ്ദമോ
അർത്ഥ, വിപരീതാർത്ഥ
സൂചനകളോ ചുമക്കാനില്ലാതെ
തെണ്ടിത്തിരിയുന്ന വികൃതക്കാഴ്ച!

മനംമാറ്റം

നിയമം വരുന്നുപോൽ, മതം മാറാൻ
സർക്കാരനുവാദം നിർബന്ധമാക്കി
മേലിലീമാറ്റം തോന്നുംപടി പാടില്ല
എല്ലാറ്റിനുമൊരു ചിട്ട വേണം
പക്ഷേ, രാഷ്ട്രീയത്തിൽ കാലുമാറ്റം
കുറ്റമോ തെറ്റോ അല്ലെന്ന്
പേർത്തും പേർത്തും പറഞ്ഞു
പഠിപ്പിക്കുന്നു നേതാക്കൾ നമ്മെ

കർമ്മപൂർത്തീകരണത്തിൽ
ദേഹം വെടിഞ്ഞ് സ്വർഗ്ഗം പൂകി
പുനർജനി തേടും ദേഹിയെപ്പോലെ
അധികാര സ്വപ്നാടകർ
പാർട്ടി മാറാനാർത്തി പൂണ്ട്
മുട്ടിനോക്കുന്നു വാതിലുകളിൽ

പ്രശ്ന പരിഹാരത്തിനോരോ പാർട്ടിയും
ഒരു മതത്തെ ഔദ്യോഗിക
മതമായ് സ്വീകരിച്ചേകീകൃത
മാനിഫെസ്റ്റോകളിറക്കട്ടെ
മതജനാധിപത്യം ജയിക്കട്ടെ
ജനം സായൂജ്യമടയട്ടെ!

തോന്നൽ

തോന്നലൊരു കാർമേഘമാണ്
ചാറ്റലോ പേമാരിയോ ആയ്
പെയ്തൊഴിയാം, ഒഴിയാതിരിക്കാം

സങ്കീർണ്ണമാ, മനുഭവ പരിസരത്തിൽ
നിന്നു വിരമിച്ച ലോലമനസ്കന്
സുകൃതക്ഷയം, നൊമ്പരം, താളപ്പിഴ

ഈ മന്ത്രണമാരും കേൾക്കേണ്ട:
ഇന്നാളിലൊരു പേക്കിനാവിലെൻ
മരണക്കുറിക്കായ് ഞാൻ കാത്തു

ഒരു എഫ് ബി കുറിപ്പ് വിളിച്ചറിയിച്ച
ബാല്യകാല സുഹൃത്തിന്റെ
വേർപാടെന്നെ തകർത്തിരുന്നു

അവിചാരിതം, അപ്രതീക്ഷിതം
അസഹനീയം എന്ന് പിറുപിറുത്ത്
ദുഃഖിക്കുമെന്നൂഴമോ അടുത്തത്?

കുരുക്ഷേത്രക്കളികളൊന്നുമെന്നെ
പ്രലോഭിപ്പിക്കില്ലെന്നു പ്രതിജ്ഞ ചെയ്തിട്ടും
പിഴവുകൾ ബാക്കി

നിശ്ശൂന്യതയിലേക്കുള്ള യാത്രയ്ക്ക്
ഒട്ടും ഒരുക്കമില്ലാതെങ്ങനെ?
ആത്മദാരിദ്ര്യത്തിൽ വേദി വിടണോ?

ശൈശവം തൊട്ടെത്രയോകുറി
മായ്ക്കപ്പെടാൻ നറുക്കു വീണതും
പിന്നീടതൊഴിവായതും അദ്ഭുതം!

ഉറ്റബന്ധുക്കൾ ഗാഢമിത്രങ്ങൾ
ബദ്ധശത്രുക്കൾ- എല്ലാരുമെന്നെയിവിടെ
തനിച്ചാക്കീട്ടെങ്ങോ പോയ് മറയുന്നു

പറയാൻ വയ്യ, ഒരു തോന്നലിൻ തള്ളലിൽ
പുകയായ് കാറ്റായ് കുളിരായ് ഞാ-
നാകാശത്തെ പുണരാൻ കുതിക്കുമോ?

അക്ഷരാസ്ത്രം

എത്ര വലിയ അപകടകാരിയാണ്
ഭാഷയെന്നറിയുക
അക്ഷരങ്ങളെ
ആകസ്മികക്രമങ്ങളിൽ
വിന്യസിച്ച്
വാക്കുകളും വാക്യങ്ങളും
നിർമ്മിച്ചുപയോഗിക്കുമ്പോഴാണ്

അവയിലുറങ്ങുമീ ആത്മാക്കളെ
തൊട്ടുണർത്തി മുനകളാക്കി
വിട്ടെന്നറിയുക
രാജകിങ്കരർ വന്നു
പിടിച്ചോണ്ടു പോയി
ഭേദ്യം ചെയ്തു
ചോരചീറ്റിക്കുമ്പോഴാണ്

മനസ്സാ വാചാ കർമ്മണാ
തെറ്റൊന്നും ചെയ്തിട്ടില്ലെന്ന്
കരഞ്ഞു പറഞ്ഞ്
കാല് പിടിച്ചിട്ടും
അവന്റെ എഴുത്തിൽ
രാജദ്രോഹം കട്ടപിടിച്ചു
കിടപ്പുണ്ടെന്നവർ

അതിലെ അക്ഷരങ്ങൾ
പറന്നുചെന്ന് തുളച്ചുകയറി
വ്രണപ്പെടുത്തിയത്
മഹാരാജന്റെ തിരുവുള്ളത്തെ
ആ കുറ്റത്തിനേറ്റം
കുറഞ്ഞശിക്ഷ
ജീവപര്യന്തമാണത്രേ.

കഥയെല്ലാമറിഞ്ഞിട്ടും
പാഠാവലികളിൽ
അക്ഷരമാല ചേർക്കാനെന്തേ
ഇത്ര തത്രപ്പാട്?
അടുത്ത തലമുറയും
രാജദ്രോഹപാതയിൽ
ചരിച്ചു ചാകട്ടെന്നോ?

ആരും ജയിക്കാത്ത കളികൾ

ആരും ജയിക്കാത്ത
കളികളാണു യുദ്ധങ്ങൾ
അവയിലകപ്പെട്ടാൽ
അന്തിമപരാജയം നിശ്ചയം
എന്നാലാരെങ്കിലുമീ
വസ്തുത അംഗീകരിക്കുമോ?

രോഗം ശത്രുവും മനുഷ്യൻ
ഇരയുമായ,ടയാളപ്പെടുത്തുമിനം
യുദ്ധം: കാൻസർ ഹൃദ്രോഗം പ്രമേഹം
മനസ്സിന്റെ താളം തെറ്റൽ
അങ്ങനെ, അങ്ങനെ...
പലതരം ശത്രുക്കൾ മറുവശത്ത്

ചില ഘട്ടങ്ങളിൽ
വിജയം കൈപ്പിടിയിലായെന്ന്
ധരിച്ചു സന്തോഷിക്കും
ഒടുക്കം ചികിത്സ ജയിക്കുന്നു
രോഗി മരിക്കുന്നു

രോഗം വന്നാൽ മടിക്കാതെ
ചികിത്സ ഒഴിവാക്കി കൈ കൂപ്പി

മുട്ടിൽ നിന്നു പ്രാർത്ഥിക്കുന്നു
അതിതീക്ഷ്ണ വിശ്വാസികൾ
ഇവർ വണങ്ങും ശക്തികളും
പോരാട്ടത്തിൽ ക്ഷീണിച്ചൊടുവിൽ
ആയുധം താഴെ വയ്ക്കുന്നു

എന്തിനെതിരെ, ആർക്കെതിരെ
ആര് പയറ്റിയാലും
ആരും ജയിക്കാത്ത ഭ്രാന്തൻ
കളിയാണ് യുദ്ധം

തുടക്കത്തിൽ വേട്ടക്കാരനും
ഇരയും വിഭിന്നരാണെങ്കിലും
പിന്നെപ്പിന്നെ ഇരയുടെ മേലാണ്
എല്ലാരും കുറ്റം ചാർത്തുക
പകർച്ചവ്യാധികളിൽ
ആദ്യ ഇര തന്നെ ഒന്നാം പ്രതി!

ഒരു യുദ്ധവും ആരും ജയിക്കാൻ
വേണ്ടി പൊരുതുന്നതല്ല
ചില മണ്ടൻ ലക്ഷ്യങ്ങൾക്കായ്
ഇരയുടെ മേൽ വേട്ടക്കാരൻ
കുതിര കയറുന്നു, ആഞ്ഞടിക്കുന്നു
ഇരയും തിരിച്ചടിക്കുന്നു
യുദ്ധം മുറുകേ
വേട്ടക്കാരനെയും ഇരയേയും തമ്മിൽ

വ്യവച്ഛേദിക്കാൻ വയ്യാതാകും
തന്ത്രങ്ങൾ തന്നേറ്റുമുട്ടലാകും തുടരുക

അധർമ്മികൾക്കാരംഭത്തിൽ
വീര്യംകൂടും, ഒപ്പം ക്രൗര്യവും
എന്നാൽ ധർമ്മിയാര്, അധർമ്മിയാ-
രെ,ന്നറിയുക ദുഷ്കരം

ജേതാവില്ലാതെ യുദ്ധം നീളവേ
ധർമപാലകനെന്ന്
സ്വയ,മവകാശപ്പെട്ട്
കിരീടം ധരിക്കുമവരിലൊരാൾ
ധർമ്മാധർമ്മങ്ങളെ
പിന്നീട് നിർവ്വചിക്കുന്നതയാൾ

വീണ്ടും ചക്രം

നിങ്ങൾ പ്രകാശവേഗത്തിൽ
പറന്നുപോകും നിമിഷങ്ങൾ
വികാരത്തുടിപ്പുകൾ
ജീവബിന്ദുക്കൾ
നഷ്ടപ്രണയങ്ങൾ
കദനഭരിത നെടുവീർപ്പുകൾ
പേടിസ്വപ്നങ്ങൾ
പൊലിയും മോഹങ്ങൾ

നിങ്ങൾക്കു പിന്നാലെ ഓടാൻ
നാളെയുടെ ചീന്തുകള -
ണിനിരക്കുന്നിതാ മുന്നിൽ
നിങ്ങളവർക്ക് തീർത്തും
അപരിചിതർ, ശത്രു സമാനർ
മുൻകാല നിനവുകളെ
നിഷ്കരുണം നിങ്ങളും
തള്ളിക്കളഞ്ഞതോർമ്മയില്ലേ?

വരുംകാലത്തിൻ ഭാസുര
വിജ്ഞാനദീപ്തി
പഴമയിൽ നിന്നു മാത്രം

ഉയിർ കൊള്ളുമോ?
പുതുകാല പെരുമകൾ
നിങ്ങളുമായ് സന്ധിച്ച്
പുത്തനുണർവ്വുണ്ടാക്കുമോ?

മുൻകാലവും പിൻകാലവും
തമ്മിൽ ധാരണയുണ്ടാവുക
വർത്തമാന കാലത്തിനൊട്ടും
സഹിക്കില്ലി,തസൂയ
രണ്ട് നോട്ടങ്ങൾ തമ്മിലെ
വിടവ് നികത്താനാവാതെ
ചരിത്രത്തിലു,മുണ്ടിമ്മാതിരി
ശൂന്യസ്ഥലികൾ, ഗർത്തങ്ങൾ

ചിലത് പ്രകൃതിക്കുറുമ്പ്
മറ്റു ചിലത് മനുഷ്യ വികൃതി
മനഃപൂർവ്വം ചിലർ സൃഷ്ടിക്കും
കട്ടയിരുട്ടിൽ, മുട്ടിലിഴഞ്ഞും
തപ്പിത്തടഞ്ഞും
ത്യാഗങ്ങളനുഷ്ഠിച്ചും
വെളിപാട്മോഹമുള്ളോർ ചാടട്ടെ,
ചക്രം വീണ്ടും കണ്ടുപിടിക്കട്ടെ!

അമ്മേ!

എന്റെ വിളി കേൾക്കില്ലമ്മ
വർഷങ്ങൾക്കു മുമ്പ്
ഞങ്ങളെ വിട്ടു
മണ്ണോടു മണ്ണായ അമ്മ

മരണം കാത്തു കിടക്കേ
വെറുപ്പും പകയും വെടിഞ്ഞ്
ശാന്തി ധാവള്യം
പ്രസരിപ്പിച്ച, യെന്റെ അമ്മ

യൗവ്വനത്തിൽ തന്നെ
മഹാനഷ്ടങ്ങൾ സഹിച്ച അമ്മ
മക്കളെ വളർത്തുക
തന്റെ ഒരേയൊരുകർമ്മമായെടുത്ത
മനസ്വിനി
മൂക്കിൻ തുമ്പത്താണു
കോപമെന്നാലുമടുത്ത
നിമിഷത്തിൽ
മഞ്ഞുകട്ടയായുറയുന്ന
സ്നേഹമയി

അമ്മയൊരു
സ്നേഹച്ചങ്ങലയിലെ കണ്ണി
അമ്മ അമ്മമ്മ അമ്മമ്മ മ്മ...
ഈ യനന്തശ്രേണിയെ
കാൽ തൊട്ടു വണങ്ങുന്നു
നിങ്ങൾക്കുമരണമില്ല
താല്ക്കാലിക വേർപാടു മാത്രം
 ഹൃദയങ്ങളിൽ
ചിരഞ്ജീവികളായ് നിങ്ങൾ
ജീവിക്കും?

നിരർത്ഥക വേദം

സൗഹൃദത്തിൻ
ചൂടും ചൂരുമല്ല
സംഘർഷത്തിൻ
ചെംചോരയാണ് പത്ഥ്യം,
ഇന്നലെ വരെ
സമാധാനം ജപിച്ചോണ്ടിരുന്ന കള്ളക്കൂട്ടങ്ങൾക്ക്
ചിരിച്ചോണ്ട്
കഴുത്തറക്കുന്നോർക്ക്

കാമക്രോധങ്ങൾ
ജനത്തെ ഭരിക്കുന്നു,
സ്നേഹവും കരുണയും
വാക്കിൽ മാത്രം.
രാമനും ബുദ്ധനും കൺഫ്യൂഷ്യസും
നാനാക്കും യേശുവും മുഹമ്മദും
ചരിത്രം സൃഷ്ടിച്ച് നയിച്ചിട്ടും
മനുഷ്യർ നന്നായില്ല!

എന്തു പറയാനാണ്,
ഒരു യേശുരാജ്യം
മറ്റൊരു യേശുരാജ്യത്തെ

പിച്ചിച്ചീന്തിച്ചോര
മോന്തുന്നു,
വിശ്വാസം നിരർത്ഥകം
ശാന്തിമന്ത്രങ്ങളും
ദൂതുകളും
പാഴായ്പ്പോകുന്നു
പൊരിഞ്ഞ യുദ്ധം!

ദർശനങ്ങൾ നിഷ്ഫലം
കർമ്മം ഫലം തരുന്നു:
നന്മയിൽ നിന്ന് നന്മ
തിന്മയിൽ നിന്ന് തിന്മ -
ഈ ക്രമം
ആവർത്തിക്കുന്നുവെങ്കിലും
നന്മ നടിക്കുന്നോരിലെ
തിന്മപ്പടക്കങ്ങൾ
പൊട്ടിത്തെറിക്കാൻ പുകയുന്നു

പ്രതീക്ഷ

കാലത്തിന്റെ പാതയിൽ
നിന്നൊരു സ്ഥലരാശി
മൂരി നിവർന്നെണീറ്റു
നിരവധി സ്വപ്നങ്ങളുമായ്
മനസ്സിന്റെ കോലായിലെത്തി
അദ്ഭുതപ്പെട്ട് നോക്കേ
കണ്ടൂ അവിടെയൊരു
ശ്ലഥബിംബ ജാലത്തെ
ആസുര സൃഷ്ടികളെ
തൊലിപ്പുറത്തല്ല ശരീര
ലാവണ്യമെന്നാരോ ചെവിയിൽ
മന്ത്രിച്ചു കേൾക്കേ
ഒരു ബീഭത്സ രൂപത്തെ പുണർന്നു
ചുംബിച്ചുണർത്തവേ
ഭൂഗർഭം പ്രസവിച്ച അഗ്നി
ജ്വാലകൾ ആകാശത്തെ തൊട്ടു
മുത്തി തൃപ്തിയടഞ്ഞു
തുടർന്നു പെയ്ത മഴയിൽ
പ്രളയത്തിൽ, ഭൂകമ്പത്തിൽ
ചെരിഞ്ഞ ഗോപുരങ്ങൾ
തകർന്നു വീണു നിലവിളിച്ചു

ഭൂമിയെ തൊട്ടുനമസ്കാരം
പിച്ച വയ്ക്കാൻ തുടങ്ങിയ
നൂറു കുട്ടിക്കുറുമ്പുകൾ,
വാത്സല്യത്തിടമ്പുകൾ
ജീവൻ വെടിഞ്ഞ നിമിഷം
മനുഷ്യരെറിയും മാലിന്യങ്ങൾ
വിഴുങ്ങും കടൽ കോപിച്ച്
കൈകാലുകൾ ശോഷിച്ച
കരയെ കവർന്നെടുത്തു
നഷ്ടപ്പെട്ടതിനെ വീണ്ടെടുക്കാൻ
ഒരിക്കൽക്കൂടി മഹർഷി
തപശക്തിയെ ആവാഹിച്ച്
മഴുവെറിയുമെന്ന് പ്രതീക്ഷ

വൈക്ലബ്യങ്ങൾ

ഒന്നോർത്താലെത്ര വലിയ
ഭോഷത്തമാണ് മറ്റുള്ളോർക്കായ്
ജീവൻ ബലി കൊടുക്കുക
അനന്യമെന്നും മഹത്തരമെന്നും
പിൻതലമുറക്കാർ
കൊട്ടിഘോഷിച്ചേക്കുമെന്നാലും
പൊരുത്തപ്പെടാൻ വയ്യാത്ത
മഹാത്യാഗമാണത്

ദൈവങ്ങൾ ദൈവതുല്യർ
ധീരരാം പടയാളികൾ
സ്വാതന്ത്ര്യപ്പോരാളികൾ
മത രാഷ്ട്രീയ ബിംബങ്ങൾ
അറിയപ്പെടാത്ത അനേകം
നേതാക്കളെ,ണികൾ
ആദർശധീരർ നിഷ്കാമകർമ്മികൾ
നിഷ്പ്രഭരാണി,ന്നിവരിൽ മിക്കവരും

രാഷ്ട്രീയ സാമൂഹിക സാംസ്കാരിക
നേതാക്കൾ എഴുത്തുകാർ
ദാർശനികർ ശാസ്ത്രജ്ഞർ

മനുഷ്യസ്നേഹികൾ
സാധാരണക്കാർ-
ഇവരുടെ സംഭാവനകളിന്ന്
ജലരേഖകളല്ലേ?

നിരവധി നെടുനെടുങ്കൻ
സ്ഥാപനങ്ങൾ സംഘടനകൾ
വമ്പൻ നാമധാരികളായുണ്ടെന്നാലും
വാണിജ്യസംസ്കാരത്തിനപ്പുറം
ഇവയിൽ നിന്നൊന്നും
പ്രതീക്ഷിക്കാനില്ലെന്നു സ്പഷ്ടം

എഴുതപ്പെടുകയും യഥേഷ്ടം
തിരുത്തപ്പെടുകയും ചെയ്യുന്ന
അനാഥയുക്തിയായ് മാറി
ചരിത്രം കുഴഞ്ഞുമറിയവേ
ഇന്നത്തെ താരകങ്ങൾ
നാളത്തെ തമോഗർത്തങ്ങൾ
ഇന്നലെ വെറുക്കപ്പെട്ടവർ
നക്ഷത്രക്കിരീടവുമായിന്നു മുന്നിൽ!

കുളക്കരയിൽ ഞാൻ

കുളത്തിലിറങ്ങുന്നത്
എന്തിനെന്നദ്ഭുതം!
എന്നെപ്പോലെ കരയിലിരുന്ന്
കാല് നനയാതെ
കരള് വാടാതെ
കനിവ് കാട്ടാതെ
മീൻ പിടിച്ചൂടെ?

'കുളക്കര സിദ്ധാന്തം'
പ്രചാരത്തിലായിട്ട്
ദശാബ്ദങ്ങളേറെ
കുളങ്ങളായ കുളങ്ങളെല്ലാം
തുടിപ്പ് നഷ്ടപ്പെട്ട
ഇടങ്ങളായ്
മാറിയതറിഞ്ഞില്ലേ?

ഒളിച്ചു പോലും
ആശയവെളിച്ചം
കടക്കാത്ത മനസ്സിൽ
ശുഷ്ക നിലങ്ങൾ
കരയുന്നു

ഉണങ്ങിക്കരിഞ്ഞ
പാഴ്മരങ്ങൾ
പാട്ട് പാടുന്നു

നിന്റെ മനസ്സീന്ന്
വരണ്ടുണങ്ങിപ്പോയ
അലിവിൻ തടാകത്തിലെ
ഇരമ്പൽ ഓളങ്ങൾ
ശബ്ദമാധുര്യം
തിരിച്ചു കിട്ടില്ലൊരിക്കലും

കാല് നനയാതെ
കൈപൊള്ളാതെ
നിനക്കിറങ്ങാമതിലിനിയും
ജലമില്ലവിടെ, ചെളിയുണ്ട്
വാരാം, വിൽക്കാം
മണൽ കലർത്തി
പൊള്ളും വിലയ്ക്ക്
നിനക്ക് വാഴാം
കോടിപതിയായ്

എന്നാൽ,
വെള്ളമിറങ്ങാതൊരന്ത്യം
വന്നു കൂടായ്കയില്ല
നിനക്കു, കേട്ടോ?

തീനാവുകൾ

ചെവി ഉപയോഗം ചുരുങ്ങിയാൽ
നാവു പ്രയോഗം വർദ്ധിക്കുന്നു
കേൾവി പതമാകുന്നെങ്കിൽ
കാഴ്ചയും മങ്ങുന്നെന്നു ധരിക്ക
കാതും കണ്ണും പൂഴ്ത്തുന്നോർ
ശിരസ്സുപയോഗം കുറയ്ക്കുന്നു
അന്തർമുഖ മനുഷ്യർ തുറക്കും
കൺചെവികൾ ഹൃദയത്തിൽ
അവരാസ്വദിച്ചു മദിക്കുന്നു
തീവ്ര ശബ്ദപ്രകാശഭാവനകൾ
ഈ നൂറ്റാണ്ട് നാവിൻ നൂറ്റാണ്ട്:
നാവ് ചലിപ്പിച്ചു തിരിക്കും യന്ത്രം
ജീവിതമാകെ കലക്കുമ്പോൾ
ആളിക്കത്തുക തീനാവുകൾ
ആ ജ്വാലയിലെരിഞ്ഞീടട്ടെ
യന്ത്രാധിഷ്ഠിത സംസ്കാരത്തിൻ
കോലുവിളക്കും കൊമ്പാസ്സും
നിർമ്മിതബുദ്ധിതൻ മേധാവിത്വം
തകർത്തില്ലെങ്കിൽ പാവം മനുഷ്യൻ
എന്നന്നേയ്ക്കു,മധികാരത്തിന്നടിമ
തീനാവുകൾ ഗർജ്ജിക്കട്ടെ,
അൽഗൊരിതപര അനീതിക്കെതിരെ.

യൂദാസ്

പണ്ടൊക്കെ

പത്തോ, പന്ത്രണ്ടോ പേർ

കൂടവേ

അതിലൊരാൾ

യൂദാസായിരുന്നു

ഇന്നാകട്ടെ,

വെറും മൂവാളൊരുമിച്ചാൽ

ഒരുവൻ

യൂദാസാകുന്നു

മറ്റൊരാൾ

നേതാവോ, ഗുരുവോ

ചമഞ്ഞാൽ

മൂന്നാമൻ

വിശ്വസ്ത സേവകനെന്ന്

സങ്കല്പം

അപരരെ ഉപദേശിക്കാൻ

ശ്രമിച്ച്

പരാജയപ്പെടുമെന്നാലും

സമ്മതിക്കില്ല

തോൽവിയാരും

യൂദാസ്

നിങ്ങളെ ഒറ്റിക്കൊടുക്കയോ
കുത്തിക്കൊൽകയോ
ചെയ്യും വരെ
മരണാനന്തരം
രക്തസാക്ഷിപ്പട്ടം ചൂടും
പ്രതിമയായ്
പ്രതിഷ്ഠിക്കപ്പെട്ടാലും
പുത്തൻകൂറ്റ്
യൂദാസുമാർ
നിങ്ങൾ തൻ ശിരസ്സ്
വെട്ടിമാറ്റിടാം
അവരെ നയിക്കും
ഗുരുക്കളെയും
'യൂദാസാനുഭവം'
കാത്തിരിപ്പുണ്ടാം!

നാടകാന്തം

1. വേലി പുതുക്കൽ

വേലി പുതുക്കിക്കെട്ടി
സമ്പർക്ക ക്ഷേത്രം
പുനർ നിർമ്മിക്കുന്നൂ വൃദ്ധൻ
വേറെ നിവൃത്തിയില്ലയാൾക്ക്
ബന്ധുമിത്രവലയം ചുരുങ്ങുന്നു
അപരിചിത മുഖങ്ങൾ
പെരുകുന്നു,വിസ്മയ ഭാവങ്ങൾ

പീഡിപ്പിക്കുന്നു, വെറും
തോന്നലുകൾ മനംപുരട്ടുന്നു,
അവയവങ്ങളിൽ വേദന
വിതറുന്നു, മരവിപ്പ് കയറുന്നു;
കുറേക്കാലമായ് ചുറ്റും
കബന്ധങ്ങളാടി തിമിർക്കുന്നു;
അട്ടഹാസങ്ങൾ കേൾവിക്കപ്പുറം.

ഊഴം കാത്തിരിക്കുമയാൾ
ഓരോ മാസവും വേലി
പൊളിച്ചു കെട്ടുന്നു,
ചെയ്യാനില്ല മറ്റൊന്നും,

കാണുന്നോരൊക്കെ
ചിരിച്ചോണ്ടടക്കം പറച്ചിൽ;
ഗൂഢാലോചനയോ?

വേലി പുതുക്കുമിനിയും
കൈവശം കുറയ്ക്കാൻ,
ശേഷിയുമതനുസരിച്ച്
വാർന്നും ചോർന്നും പോകും,
ഒടുവിൽ കൺകളിൽ വിരിയും
അത്യപൂർവ്വദൃശ്യശൃംഖല...
വേണ്ടിനി വേലി; കുഴിമതി തനിക്ക്!

2. മണ്ണൂണ്

പെട്ടിപ്പുറത്ത് കുന്തിരിക്കം
പൂവ് മണ്ണ് -ഈ ക്രമത്തിൽ
പുറത്തുള്ളോർ വസ്തുക്കൾ
എറിഞ്ഞ് ഒച്ച ഉണ്ടാക്കുന്നു;
മരണാലസ്യത്തിൽ നിന്നുണരവേ
വിശപ്പിൻ തീയാളിക്കത്തുന്നു,
വയറെരിഞ്ഞയാൾ വാതുറക്കുന്നു.

ആദ്യത്തെത്തീറ്റ മണ്ണിരകൾ,
പിന്നെ പ്രാണികൾ, പുഴുക്കൾ,
പലയിനം അണുജീവികൾ
ആർത്തി പൂണ്ട് കാർന്നു തിന്നുക
വസ്ത്രങ്ങൾ, മരക്കഷണങ്ങൾ

കണ്ടകടിയ സാധനങ്ങൾ
എന്നിട്ടും പശിയടങ്ങുന്നില്ല.

അല്പം മണ്ണു തിന്നാൻ മോഹിച്ച്
കൈകാലുകളിളക്കവേ,
കളകള ശബ്ദം കേൾപ്പിച്ച്
ഒരു തേനുറവ പൊട്ടിയൊഴുകുന്നു,
ആവോളമതിൻ നീര് മോന്തി
ദാഹം ശമിപ്പിച്ച്, ക്ഷീണം മാറ്റി
മണൽകുഴച്ച് മണ്ണൂണ്!

3. പൊതുയോഗം

സർവ്വാധികാരിക്ക് നിവേദനം
സമർപ്പിക്കുന്നത് ചർച്ച ചെയ്യാൻ
യോഗം ചേരുന്നു പ്രേതങ്ങൾ
സ്വർഗ്ഗമോ, നരകമോ,പുനർജന്മമോ-
മൃദുവോ, കഠിനമോ വിധിയെന്നാലും
തീരുമാനം വേഗത്തിലാക്കാനപേക്ഷ
അക്കൂട്ടത്തിൽ നവാഗതനാം വൃദ്ധനും!

ഒരു വിഭാഗം പറയുന്നു ഉടനെ
നിശ്ചയം ഉണ്ടാകുമെന്ന്;
അല്ല,ലോകാവസാനത്തിലേ
വരൂയെന്ന് മറ്റൊരു വിഭാഗം

എന്നെ കണ്ടെത്തൽ

എന്നെത്തേടിയലഞ്ഞ ഞാൻ
ബന്ധുക്കളിൽ പൂർവ്വികരിൽ
ഗുരുജനങ്ങളിൽ
കൂട്ടുകാരിൽ നാട്ടുകാരിൽ
പരിചിതരിലപരിചിതരിൽ
ആരിലും കാണാഞ്ഞ്
ഖിന്നനായ്
ശത്രുപാളയത്തിലേയ്ക്ക്
ഒരെത്തിനോട്ടം

അവിടെയിതാ പല്ലിറുമ്മി
ചുണ്ടുകടിച്ച് നാക്കു നീട്ടി
കണ്ണിൽ തീ പാറി
അവരിലൊരാളായ്
നില്ക്കുന്നു ഞാൻ

ഇന്നോളമെന്റെ
ചങ്ങാതിയാവാൻ
എനിക്കായില്ല,കഷ്ടം

എത്രയോ കാലമായ്
ഞാനെന്നോടു സംവദിക്കുന്നു
കണ്ണാടിചരായയെ
കെട്ടിപ്പിടിക്കുന്നു

ഉമ്മ വയ്ക്കുന്നു
അനുഭവിക്കുന്നു
ഞങ്ങൾ തിളച്ചുമറിയുന്നു

എന്നിട്ടിപ്പോളറിയുന്നു
ഞാനെന്റെ ശത്രുവത്രേ
കണ്ണ് കുത്തിപ്പൊട്ടിക്കാൻ
മൂക്കിടിച്ചു പരത്താൻ
ശരീരമിടിച്ചു പഞ്ചറാക്കാൻ
നെഞ്ചിൽ കഠാര കയറ്റാൻ
കൈകൾ തരിക്കുന്നു

തെറ്റായ വിശ്വാസം
കൊണ്ടെത്തിച്ചത്
ഇരുട്ടറയിൽ
പെരുമാറ്റ ഫലം
പെരുവഴിയിലാക്കുമോ?
ചിന്തയുമെന്നെ
ചതിക്കില്ലെന്നുറപ്പില്ല

കണ്ടെത്തലുകളൊന്നും
അന്തിമമല്ലെന്ന
കണ്ടെത്തലാണീ
അന്വേഷണത്തിന്റെ
ബാക്കിപത്രം

വർണ്ണോപനിഷത്ത്

സ്കന്ധം 1. വെളുപ്പ്

വിചിത്രവർണ്ണപ്പൂക്കളും
ശലഭ വൈവിദ്ധ്യവും
ഓർമ്മിപ്പിക്കുക
തുടിക്കും ഹൃദയതാളങ്ങളെ
ആത്മബലിയർപ്പിക്കും
സ്നേഹഭിക്ഷുക്കളെ

പകൽ കാണു, മുജ്ജ്വല
നിറങ്ങളെത്ര മനോഹരം!
പാതിരാസ്വപ്നത്തിലൊഴുകി
വരും നിലാവിൽ
ചിറകുകളില്ലാതെ
ആകാശത്തേയ്ക്ക് കുതിപ്പ്

പ്രകൃതിയെ, അനന്തതയെ
ഉപാസിക്കും സൂര്യൻ
പ്രഭാതത്തെ സ്വർണ്ണവും
പ്രദോഷത്തെ പിംഗലവും
ഇടവേളകളെ നീലയും
പ്രണയപൂർവ്വ,മുടുപ്പിക്കുന്നു

ജീവിതമൊരു ബഹുവർണ്ണ
ചിത്രമെന്നു പാഠം
മഴവിൽ നിറങ്ങൾ ചാലിച്ച്
വെണ്മയെ സൃഷ്ടിക്കും പോലെ
ബഹുസ്വരതയെ ആവാഹിച്ചു
രാജ്യത്തിന്റെ ഭാഗധേയം വരയാം

സ്കന്ധം 2. ചുവപ്പ്

വർണ്ണരാജിയിലെ നിഗൂഢ നിറങ്ങൾ
കടുത്ത ക്ഷോഭത്തിൻ
കൂറ്റൻതിരകളിളക്കി മദിക്കുന്നു

കടുംചായങ്ങൾ ചിലതെന്നെ
ഭ്രമത്തിൻ വഞ്ചിയിലേറ്റി
നീർച്ചുഴിയിലെന്ന പോൽ
വലിയ വേഗത്തിൽ
കടഞ്ഞു,ത്തേജിതനാക്കുന്നു

ചുവപ്പാണ് പ്രിയ വർണ്ണം
കാണും മാത്രയിൽ ഹാലിളകി
അമറിക്കൂവി മണ്ണിളക്കി
വിജ്രംഭിത ഋഷഭ,മായെൻ
ശരീരം കുതിച്ചു പായുന്നു

കണ്ട കടിയതിനെ തൊഴിക്കാനും
ചവിട്ടാനും തള്ളി നീക്കാനും
കുത്തിമലർത്തിക്കീറാനും
ചുവന്നമണ്ണിൽ സ്നാനിക്കാനും
ഉള്ളിൽ പുഷ്പിക്കുന്നു ത്വര

മുഖത്ത് കിനിയു,മാവേശത്തരികൾ,
സ്വേദകണങ്ങൾ
കത്തും സർഗ്ഗ ചിന്തകൾ
വിപ്ലവ ലഹരികൾ
രഹസ്യമാ,യർമാദിക്കും വേള

സ്കന്ധം 3. പച്ച

പച്ചയിൽ കാണുന്നതെന്തും
നിഷ്കളങ്കവും സ്വാഭാവികവും
ആണെന്ന് ഭാവിക്കുന്നു പ്രകൃതി
വരൾച്ച പ്രളയം കുലുക്കീ
ഇടിച്ചിൽ പഞ്ഞം വ്യാധി-
ഒക്കെയും അവൾ തന്നോരോ
തമാശകൾ കുറുമ്പുകൾ ഭ്രാന്തുകൾ

പഴുത്തു നിലംപരിശാകാതിരിക്കാൻ
പുഴുക്കുത്തേൽക്കാതിരിക്കാൻ
ചുക്കിച്ചുരുളാതിരിക്കാൻ

സുന്ദരിയായ് നിന്നു തിളയ്ക്കാൻ
ഭൂമിയെ അടക്കി ഭരിക്കാൻ
ചന്ദ്രനെ പുണർന്നു ചുംബിക്കാൻ
ഉൽക്കടമാ,യാഗ്രഹിക്കുന്നു പച്ചില

സ്നേഹമാണ് മോഹമാണ്
കാമമാണ് ക്രീഡയാണ്
സ്വർഗ്ഗമാണ് കാന്തിയാണ് ശാന്തിയാണ്
മഞ്ഞാണ് മഴയാണ് വെയിലാണ്
ആന്തലാണ് മാന്തലാണ്
സ്വാതന്ത്ര്യമാണ് സൗഹാർദ്ദമാണ്
പ്രകൃതമാണ് പ്രകൃതിയാണ് പച്ച

സ്കന്ധം 4. കറുപ്പ്

ഒരു തമോഗർത്തത്തെപ്പാർത്ത്
കഷ്ടിച്ചു രക്ഷപ്പെട്ടു മടങ്ങവേ
കറുപ്പൊരു വർണമല്ല
ദൈന്യതയും നിശ്ശൂന്യതയും
അവിദ്യയുമാണെന്നു
വാദിച്ചു ഞാൻ കത്തിക്കയറി

കറുപ്പിന് രാജ്യത്തിൻ
ശ്രേഷ്ഠ സംസ്കൃതിയിൽ
ഉന്നത സ്ഥാനമുണ്ടെന്ന് ശഠിച്ച

പണ്ഡിതവര്യനെ പിച്ചിക്കീറി
വാക്കുകൾ വാളാക്കി
കൊന്നു കൊല വിളിച്ചു

ദുഃഖവും പ്രതിഷേധവും
സൂചിപ്പിക്കും വർണമാണ്
കറുപ്പെന്ന് കേട്ടപ്പോൾ
ഞെട്ടിത്തരിച്ച ഞാ,നിരുട്ടിന്റെ
ആത്മാവിനെ
ഓർ,ത്തൊത്തിരിനേരം വിഷാദിച്ചു

പകൽ സന്തോഷവും
രാത്രി സന്താപവും വിളമ്പും
ഭൂമിയുടെ ഭ്രമണം നിർത്തിക്കാൻ
വഴിയേതുമില്ലെന്ന് ചൊല്ലിയ
ഭൗതികശാസ്ത്രജ്ഞനും
കൊടുത്തൂ കോപത്തിൻ പങ്ക്

വെളിച്ചം പുതച്ച്, ധ്യാനത്തിൽ മുഴുകി
ഇരുട്ടിനെ പുറത്താക്കി
തണുപ്പിനെ തഴുകി, യോമനിച്ച്
മാറിൽ ചേർത്തു ചുംബിച്ച്
പേക്കിനാക്കൾക്കിടയിൽ
ഉറക്കത്തെ പരതുന്നു

ജനനത്തിന് മുമ്പും
മരണത്തിന് പിമ്പും വാപൊളിച്ച്
നില്ക്കു, മിരുണ്ട അനന്തതകൾ
അവയ്ക്കിടയിലെ ചെളിയാണ്
നിസ്സാരനാമെൻ
നിറം മങ്ങിയ ജീവിതം

അന്ത്യനിമിഷങ്ങളിൽ
കറുപ്പിൻ കോമാളിത്തം കാട്ടരുതെന്ന്
മരണപത്രത്തിൽ വിലക്കും
ശാന്തിമന്ത്രങ്ങൾ മഞ്ഞയിലെഴുതിയ
വെള്ളക്കൊടികളു, യരട്ടെ
വെൺപ്രാവുകൾ പറക്കട്ടെ!

'ഭൂതാവിഷ്ടർ'

സ്പന്ദിക്കും ഭൂതകാലപ്പെരുമ
ഊതി വിടും ചൂടൻ സ്വപ്നങ്ങൾ
ഗതകാല മായയെ വരയുന്നു

എല്ലാ, മർത്ഥശൂന്യമെന്ന് വെറുതെ
പുലമ്പുന്നോർക്ക് കേവല
തത്ഥ്യം അറിഞ്ഞിട്ടെന്തു കാര്യം

ഭൂതത്തെ വർത്തമാനത്തിൻ
കുട്ടിക്കുപ്പായ,മിടീച്ച് കാണിക്കുന്നൂ
പിൻനടത്തക്കാർ, ഭൂതാവിഷ്ടർ

മറവിരോഗമോ ബാധയോ നാട്യമോ
ഇവർക്കെന്നു നിർണ്ണയിക്കാൻ
കഴിവതില്ലാർക്കു,മീയിരുണ്ട ലോകത്ത്

വികല ചിന്തയിൽ മനസ്സ് വക്രിച്ച്
രമിക്കുന്നോർക്കു സമയം ചാക്രിക-
മവിഭാജ്യ,മനാദ്യന്ത,മജ്ഞേയമീ

പണ്ട് മരക്കൊമ്പുകളിൽ തൂങ്ങിയാടി
മദിച്ചു സുഖിച്ചു നടന്ന ജീവിതം
വീണ്ടുമാസ്വദിക്കാനാഹ്വാന,മുൾ വിളി

പോറലുകളെ പിളർപ്പുകളാക്കി മാറ്റി
പരമാധികാരം സ്ഥാപിക്കാൻ
മതാധിഷ്ഠിത അനൈക്യം വേണമോ

കൃതാ ത്രേതാ ദ്വാപര യുഗങ്ങൾ
കൂട്ടിമുട്ടി കൃത്യമായ് വഴികാട്ടിയ
കലിയുഗ,മെന്തേയിത്ര നാരകീയം

ഘനീകൃത ഭൂതം കലുഷിതകാലം

കുറിപ്പ്:

ഭൂതകാലം എന്ന ഭൂതം ആവേശിച്ചിട്ടുള്ളവർ എന്ന അർത്ഥത്തിലാണ് ഭൂതാവിഷ്ടർ എന്ന പ്രയോഗം

പോലെ ...

ഞാനാരെപ്പോലെന്ന ചോദ്യം
പലകുറി
വായുവിലുയർന്നിട്ടുണ്ട്

അവന,വന്റെ അപ്പനെ
അല്ലെങ്കിൽ അപ്പൂപ്പനെ
അതുമല്ലെങ്കിൽ
അമ്മാവനെപ്പോലെ
എന്നിങ്ങനെ
അഭിപ്രായ ശരങ്ങൾ
തലങ്ങും വിലങ്ങും പായുന്നു

ഞാനെന്നെപ്പോലിരിക്കു-
ന്നെന്നാരുമേ പറഞ്ഞീല
സ്വഭാവത്തിലാരെയോ പോലെ
സംഭാഷണത്തിൽ പൊട്ടനെപ്പോലെ
പൊട്ടിച്ചിരിയിലും കണ്ണീരിലും
വേറെ പലരെയും പോലെ

നാട്ടിലെ ഭാഷ പോലെന്റെ ഭാഷ
എരിവും പുളിയും കയ്പുമേറും

വാക്കുകൾ, വാക്യങ്ങൾ
അർത്ഥശൂന്യമാം
അലങ്കാര ജല്പനങ്ങൾ
കടും മധുരപ്പേച്ചുകൾ
ഗദ്യപദ്യാവിഷ്കാരങ്ങൾ
കുഴമറിച്ചിലുകൾ
മേഘവിസ്ഫോടനങ്ങൾ
പ്രളയ വിക്ഷോഭങ്ങൾ

ഞാൻ ചീറ്റും ശകാരങ്ങൾ
ഓർമ്മിപ്പിക്കും
വേറെയും നിരവധി പേരെ,
ഒരേ ജനിതകച്ചരടിൽ
കോർത്തെടുക്കാത്തോരെ

ഇപ്പറഞ്ഞോരെയെല്ലാം
ചേർത്തു പിടിച്ചു കശക്കിയാൽ
പാലാഴി മഥനത്തിലാദ്യം
കാളകൂടവും
പിന്നെ അമൃതും
നുരച്ചു പൊന്തിയപോൽ,
എനിക്കു ശേഷം
ആരെയും പ്രതിഫലിപ്പിക്കാത്ത
ഒരു യുഗപുരുഷനോ, സ്ത്രീയോ
പിറന്ന്
ചരിത്രം സൃഷ്ടിച്ചേനെ!

അഭയം

ശൈശവം ബാല്യത്തെ തൊടുന്നു
ബാല്യം കൗമാരത്തെയും
കൗമാരം യൗവ്വനത്തെ കാമിക്കുന്നു
യൗവ്വനം മദം പൊട്ടിയൊലിക്കുന്നു
മധ്യവയസ്സിലേയ്ക്ക്
സ്വപ്നങ്ങൾ സാക്ഷാൽക്കരിച്ചും
പുതുമോഹങ്ങൾ ബാക്കിയാക്കിയും
മെല്ലെ വാർദ്ധക്യത്തിൻ
ബലിഷ്ഠതയിലമരുന്നു
ജീവിതമൊരു രഥചക്രംപോലെ
ഉരുണ്ടിരുന്നെങ്കിലെന്ന് ശഠതിച്ചും
മരണത്തെ ദൂരെക്കണ്ടു ഭയന്നും
നിലനില്പിനായോടുന്നു മാനവൻ
ഓടി ഓടി കിതച്ചു വായീന്ന്
നുരയും പതയും ഒലിപ്പിച്ച്
തളർന്നു വീഴുന്നൂ പെരുവഴിയിൽ
തന്നെ കൊഞ്ഞനം കാട്ടി
ശരീരം മാന്തിപ്പറിക്കും വാർദ്ധക്യത്തെ
ചെറുക്കാൻ നോക്കിത്തോറ്റു
നിരാശപ്പെട്ട് മുട്ടു മടക്കുന്നു
സ്നേഹ സാന്ത്വനം തേടി

മൃദുലമാം മണ്ണിൻ മാറിലഭയം
ഇവിടുന്നു വിടുതലിനാരു ശ്രമിക്കും,
ഇതിൽ പരം സൗഖ്യം വേറെയുണ്ടോ?

നിങ്ങളല്ലെങ്കിൽ മറ്റാരോ...

സേവനരംഗമേതായാലും
വിരമിച്ചു കഴിഞ്ഞാൽ
നിങ്ങളാരുമല്ല
പൂജ്യം, വെറും പൂജ്യം
ഇത്തിരിക്കാലം തൊഴിലോർമ്മ
നിങ്ങളെ ഭരിച്ച് പീഡിപ്പിക്കും
പിന്നെ തലച്ചോറിൽ
മെല്ലെ വന്നു വീഴുന്നൂ
നിലാവിനെ തള്ളി നീക്കി നിഴലുകൾ
അവ വളർന്നു വലുതായ്
കനം വയ്ക്കുന്നു
കൂരാക്കൂരിരുട്ട്
ഉള്ളിനകത്തും പുറത്തും
നിങ്ങളിലെ നിങ്ങൾ ശേഷിപ്പിക്കും
ഒഴിവിലേയ്ക്ക് വരിക
മിത്രമോ ശത്രുവോ
സ്ത്രീയോ പുരുഷനോ ട്രാൻസോ?
ഭാവിയെ വിട്ടു ഭൂതത്തെ തഴുകും
മരവിച്ച മനസ്സിൽ
രഹസ്യമായ്
കുടിപാർക്കുമർദ്ധ മാനവൻ
നൈരാശ്യത്തീയിലെരിയുമാൾ
നിങ്ങളല്ലെങ്കിൽ
മറ്റാരോ...

ഒരു സൂര്യൻ, പല ഗ്രഹങ്ങൾ

ഒരേ സമയത്തൊത്തിരി
കാമുകിമാരെ മേയ്ക്കും
പഴയകാല രാജാവല്ല
പുതിയകാല തമ്പ്രാനുമല്ല
സൂര്യനാണവൻ, ഗ്രഹങ്ങളെ
തമ്മിലിടിക്കാതെ നടത്തും
പ്രകൃതി തൻ രക്ഷാഭടൻ,
മഹാ ജ്യോതിർഗ്ഗോളം !

സമകാല രാഷ്ട്രീയത്തിൽ
ഒരു നേതാവ, നേകം
പിണിയാളുകൾ വാഴും
സംവിധാന, മതിനു നമ്മൾ
പറയും ജനാധിപത്യം.
ആടിയുമിളകിയും, ചിലപ്പോൾ
തകർന്നും നിലവിളിക്കുന്നീ-
യാകാശവു മദ്ഭുതങ്ങളും.

നിശ്ശബ്ദത, ശബ്ദത

നിശ്ശബ്ദത
പരാജയത്തിന്റെ
അല്ലെങ്കിൽ സംയമനത്തിന്റെ
കൊടിയടയാളമെന്ന് ജനം
മത്സരത്തിൽ തോറ്റ കക്ഷി
കഴിവതും കുറച്ചു മാത്രം
സംസാരിക്കയും
ഇടപെടുകയും ചെയ്യുന്നു

ജീവിതാന്ത്യ, മെത്തും മുന്നെ
നിശ്ശബ്ദതയെ വരിക്കുന്നു
പരസ്പരം മിണ്ടാത്ത
ദമ്പതികൾ കൂട്ടുകാർ നാട്ടുകാർ
സഹപ്രവർത്തകർ
പ്രതിയോഗികൾ....

നിശ്ചയമായു, മിവരിൽ
ഭൂരിപക്ഷവും പരാജിതരോ
നിസ്സംഗികളോ അല്ല
വ്യത്യസ്തമാ,മൊരു
കാഴ്ചപ്പാടിൽ,

വിജയികളും
സദ്ഗുണ സമ്പന്നരും
അസന്തുഷ്ടി ഒഴിവാക്കാൻ
അന്തർ ലോകങ്ങളിൽ
അഭയം തേടുന്നോരു,മാവാം

തനിയെ സംവദിക്കു, മിവരുടെ
സ്വയം ഭാഷണ തരംഗങ്ങൾ,
മറ്റാരും കേൾക്കാത്ത
പിറുപിറുക്കലുകൾ
അപര കാതുകളിലേയ്ക്ക്
തുരന്നു കയറാൻ പിടയ്ക്കുന്നു

ദൃഷ്ടാക്കൾ സ്വപ്നം കാണും
ഏകലോകശാന്തി
അസാദ്ധ്യ മോക്ഷമായ്
തുടരുന്നു
മനസ്സിലെ ശബ്ദത
നിലയ്ക്കാത്തിടത്തോളം

അവർ തീവ്രമായ് പ്രണയിക്കേ
പുറത്ത് ശബ്ദതയും
അകത്ത് നിശ്ശബ്ദതയുമാണു
ഭരിക്കുന്നതെങ്കിൽ
ബന്ധം പൊട്ടിത്തകരാം
മറിച്ചാണെങ്കിൽ

ഓരോ കൂടലും അവരുടെ
അന്യോന്യത്തെ മൂർച്ചപ്പെടുത്തും,
ദൃഢപ്പെടുത്തും

വെളിയിൽ നിശ്ശബ്ദതയും
ഉള്ളിൽ ശബ്ദതയും
പുലർത്തുന്നോർ
അകം വാഴുകാ, രേകാന്ത പഥികർ
മന്ദബുദ്ധികളാണിവരെ-
ന്നാർത്ത, ലയ്ക്കുന്നൂ
പുറം വാഴ്‌വുകാർ
എന്നാൽ
ആപേക്ഷികമാണീ വിഭജനമെന്ന
തിരിച്ചറിവ, സാധ്യമോ?

കുളിരാണു, മധുവാണു
നിശ്ശബ്ദത
കനലാ,ണെരിവാണു
ശബ്ദത

കാത്തിരിപ്പ്

1

ആദ്യത്തെ കാത്തിരിപ്പ്
പുറത്തേയ്ക്ക് ചാടാൻ
ആജ്ഞ കാത്ത്
ഗർഭാശയസ്രവത്തിൽ
കുളിച്ച്
ജനനച്ചരടിലൂടെ
പോഷണം
നേരിട്ടാഗിരണം
നീണ്ട പത്ത് മാസം

പിന്നത്തെ കാത്തിരിപ്പുകൾ:
അമ്മ തരും
സ്നേഹപ്പാലിന്
കളിപ്പാട്ടങ്ങൾക്ക്
ഉടുപ്പുകൾക്ക്
കൂട്ടുകാർക്ക്
സ്കൂൾ വിടും
മണികൊട്ടിന്
അപ്പൻ കൊണ്ടുവരും
പല്ലിമിട്ടായിക്ക്

ശുഭപ്രതീക്ഷയിൽ
പൊതിഞ്ഞ
നൂറുനൂറവസരങ്ങൾ
പറഞ്ഞാലൊടുങ്ങാത്ത
നീളൻ പട്ടിക
എപ്പോഴാണതിൽ
കറുത്ത പാടുകൾ
ചുവന്ന പൊട്ടുകൾ
കുമിഞ്ഞുകൂടാൻ
തുടങ്ങിയത്?

വല്ലാത്ത ഇല്ലായ്മകൾ
വീട്ടിൽ പെരുകവേ
രാത്രിയെ തഴുകി
ഉടുതുണി കീറി
ആടിയാടി
വേച്ചുവേച്ച്
തിത്തോം, തകതോം
തെന്നിത്തെന്നി
കണ്ണുപൊട്ടിക്കും
തെറി വിളമ്പി
വഴിക്കാരുടെ
പൊട്ടീര് വാങ്ങി
അർദ്ധപ്രജ്ഞയിൽ
വരാന്തയിൽ കേറി

അപ്പൻ വീഴവേ
അമ്മ കരയുന്നു
മക്കളെ
കെട്ടിപ്പിടിച്ച്
മരണമിച്ഛരിച്ച്
ശൂന്യതയിൽ
കണ്ണുംനട്ട് ....

രംഗത്തിറങ്ങി
കളിതുടങ്ങിയ
ഞാൻ
എതിരാളികളെ
വീഴ്ത്താൻ
തന്ത്രം മെനഞ്ഞു
ആര് ജയിക്കും
ആര് തോൽക്കും
എന്നറിയാൻ
ആകാംക്ഷ...

2

നീളൻ
കയറുമായ്
ഗോദോ
ഇറങ്ങുന്നു
ഗോദയിൽ
ആരെ വളയ്ക്കാൻ

ആരെ തളയ്ക്കാൻ?
എന്നെയോ
നിന്നെയോ?
ഉത്തരം കിട്ടാൻ
മുൾമുനയിൽ ...

ഈ പ്രശ്നം
നിർദ്ധരിക്കുക
യാദൃച്ഛികതപ്പെണ്ണ്
അതുവരെ
അവളെ
പുണർന്ന്
മുകർന്ന്
നുകർന്ന്...

ആകാശം
ദാഹിക്കുന്നു
മഴമേഘങ്ങളെ
തെക്കുപടിഞ്ഞാറനും
വടക്കുകിഴക്കനും
അടിപൊളി
പെരുമ്പറ ഘോഷം
പ്രളയഭീതിയിൽ
പ്രാണനുകൾ....

അവസാന കുതിപ്പ്
ആശ്വാസച്ചൂടിൽ
കുഴിയിലേയ്ക്ക്
മണ്ണിന്റെ മാദക
ഗന്ധമേറ്റ്
വിണ്ണിനെ
സ്വപ്നം കാണും
അണുജീവികൾക്കൊപ്പം ...

കൂറുമാറ്റം

മൂവാൾ കുടുംബത്തിൽ
രണ്ടാളൊരുമിച്ചാൽ
കൂറുമാറാം
കുടുംബം മാറാം!
അമ്മയും കുഞ്ഞും
കൂറുമാറാതെ
അച്ഛൻ കാക്കുക

നാലാൾ കുടുംബത്തിൽ
മൂവാൾ യോജിച്ചാലേ
പണി പാളൂ!
'നമ്മൾ രണ്ട്,
നമുക്കു രണ്ട്'-
കുടുംബങ്ങൾക്ക്
ദൃഢതയേറും

നടപ്പുദോഷം

കവലയിലെ ബോർഡിൽ
നിർദ്ദേശം: ഇടതു വശം സൂക്ഷിക്ക.
ഇടതു കൈ വലതു കൈയ്യിനെ
കാട്ടിയെന്തോ മന്ത്രിച്ചു.
വലതു കൈ പറഞ്ഞു,
നിനക്കറിയില്ലേ, അത്
വാഹനങ്ങൾക്കുള്ളതാണ്;
നീയും എന്നെപ്പോലെ
വലതുവശം ചേർന്ന്
നടക്കുക മടികൂടാതെ;
മറിച്ചായാലപകടം, സഖേ!
ഒടിയുന്നത് നീയുമീ
പാവം ഞാനുമാവും,
ചിലപ്പോൾ നമ്മെ പരിപാലിക്കുമീ
ഭീമൻ ശരീരവും കാണുമൊപ്പം;
നമ്മളെന്നാ ചെയ്യാനാ,
കാലുകളാണ് ഹൈക്കമാൻഡ്!
അന്തിമ തീർപ്പെടുക്കുന്നോർ.
വലത്തോട്ട് തിരിയാതെ,
ഇടതുകാൽ മുന്നോട്ട്
വച്ചാൽ, പുറകീന്നണയും

വണ്ടിയുമായിടിക്ക് സാധ്യത.
വിളക്കണയുന്നത് കാണാം
കണ്ണുകൾക്ക്; ശ്വാസം
നിലയ്ക്കുന്നത് കേൾക്കാം
കർണ്ണങ്ങൾക്ക്; അവസാന
സ്പർശം മിന്നൽപ്പിണരായ്
മറയും വെറുമൊരിക്കിളി!

വാടകക്കൊലയാളി

നേതാവേൽപ്പിച്ച ജോലിക്ക്
അഞ്ചു ലക്ഷം രൂപയും
ഹൈക്കോടതി വക്കീലും.

വേല നടത്താതിനി വയ്യ,
ഏതുമാളത്തിൽ പോയൊളിച്ചാലും
വിടില്ല ഞാനവനെ തീർക്കും;
കണ്ടോളൂ, കിടാങ്ങളേ,
കൺകുളിർക്കെ അച്ഛനെ;
നാളെ മുതലവനെ
കാണാനൊക്കില്ല ജീവനോടെ.

പണമാണെന്റെ ദൈവം,
ആയുധമാണെന്റെ അർച്ചന,
ചോരയാണെന്റെ തീർത്ഥം;
ആരുമാവട്ടെ എന്റെ ഇര,
കത്തി നെഞ്ചിലേക്കിറങ്ങി
തലങ്ങും വിലങ്ങുമോടവേ
വീഴും ദുർബ്ബല ശരീരം
ശ്വാസം നിലച്ച്, കണ്ണ് തുറിച്ച്
നോക്കും ശൂന്യതയിൽ.

ഞാനൊരു പീഡകൻ, ഘാതകൻ
കൈ വെട്ടി, കാൽ വെട്ടി
കഷണങ്ങളെടുക്കും
കൊല്ലാ,നേർപ്പാടാക്കിയോർക്ക്
സമർപ്പിക്കാൻ, സൂക്ഷിക്കാൻ.

ചുമതല കഴിഞ്ഞാൽ
അടുത്ത ജോലിയുമായ്,
പുതിയ ഇരയെ തേടി കറക്കം;
വേണ്ടത്ര പണം തന്നാൽ,
ആരെയും പീഡിപ്പിച്ച്
മൂക്ക് മുട്ടെ ആസ്വദിക്കും
അല്ലെങ്കിൽ, കത്തിച്ച്
ചാമ്പലാക്കും, തീർച്ച.

മിത്രങ്ങളില്ലെനിക്ക്,
യജമാനന്മാർ മാത്രം.
പിന്നെയുള്ളോ, രാജ
ശത്രുക്കൾ, പകയിൽ
വെന്തു നീറുന്നോർ.

ഒരു നിമിഷം കൺമിഴിക്കേ,
വരുന്നൂ എന്റെ നേർക്ക്
കൊമ്പുകൾ തേറ്റകൾ,
ഇരുട്ടിന്റെ വഴി താണ്ടി.

തുണയ്ക്കാനാരുമില്ലല്ലോ,
ഇനിയെന്ത് ജീവിതമെനിക്ക്;
നിനക്ക് തരാം കോൺട്രാക്ട്:
സദയമെന്നെയൊന്നു
വേഗം പിരിച്ചയയ്ക്കാൻ.
ആത്മഹത്യ ഭീരുത്വമാണ്,
അതിനില്ല ഞാനൊരിക്കലും.
കരുണ, യേശാത്ത ഞാൻ
വിളക്കുകളണച്ച്, മെല്ലെ
മിടിപ്പുകൾ നിർത്തി
കാത്തിരിക്കും മിടുക്കനെ,
പണിയറിയും കൊലയാളിയെ,
വാടകക്കൊലയാളിയെ!

കാലന്റെ കത്തി

'പട്ടണത്തിൽ ഭൂതം,
നാട്ടിൻപുറ നന്മകളാൽ സമൃദ്ധം;
ഈ നരകം വിട്ട്
നമുക്ക് പോകാം
മുന്തിരിത്തോപ്പുകളിൽ
രാപാർക്കാൻ,'
നൽപാതി മൊഴിയും
മധുവാണി കേട്ടു.
എന്നാൽ, കാലന്റെ കത്തി
തൂങ്ങുന്നതും കണ്ടു,
ഏത് നിമിഷവുമത് വീഴാമീ
വൃദ്ധദമ്പതിമാർ മേൽ,
വേർപെട്ട രണ്ടു തലകൾ
ആവേശത്തിൽ ചുംബിക്കും
ബീഭത്സദൃശ്യം കാണാൻ വയ്യ!
സത്യം പറഞ്ഞാൽ,
ജാതകം വായിച്ചു തള്ളാൻ
ഹസ്തരേഖ നോക്കി
വ്യാജഭാവി പ്രവചിക്കാൻ
പ്രതിവാസ്തവങ്ങൾ
ചമച്ചു കല്പിച്ചു മദിച്ച്
സ്വപ്നം കാണാൻ

സ്വാതന്ത്ര്യം മോഹിക്കാൻ
യുവാക്കൾക്കുള്ള പോൽ
ഞങ്ങൾക്കെന്തവകാശം?
നാടകാന്തം കവിത്വം!

കുറിപ്പ്:

counterfactual എന്ന അർത്ഥത്തിലാണ് പ്രതിവാസ്തവം എന്ന വാക്ക് പ്രയോഗിച്ചിരിക്കുന്നത്.

നുണനേര്

നൂറു നേരുകൊണ്ട്
നെയ്തെടുത്ത
നനുത്ത ചേല
കുത്തിക്കീറാൻ
ഒരു നുണ മതി
പക്ഷേ, നേരേത്
നുണയേതെന്ന്
പറയാൻ
തൊട്ടുകാട്ടാൻ
ആർക്കാവും?
നെല്ലും പതിരും പോലെ
വേർതിരിക്കാൻ
ഒരുപായവും
ലഭ്യമല്ല
നേരിന് പകരം
നുണകലർന്ന
നേരാണിന്ന്
നാട്ടിൽ
പ്രചാരം-
നുണനേര്!

ദ്വന്ദ്വങ്ങൾ

അയാളെ അറിയില്ല
ബസ്സ്റ്റോപ്പിൽ
പച്ചക്കറി ചന്തയിൽ
പലവ്യഞ്ജന ഷോപ്പിൽ
മീൻ മാർക്കറ്റിൽ
ഇറച്ചി വെട്ടുന്നിടത്ത്
കോഴിക്കടയിൽ
ബിവറേജസിൽ
തീയേറ്ററിൽ
യോഗങ്ങളിൽ
പ്രകടനങ്ങളിൽ
പ്രതിരോധങ്ങളിൽ
ലാത്തിച്ചാർജുകളിൽ
പ്രഭാത നടത്തത്തിൽ
നട്ടുച്ചയ്ക്ക് നടുറോഡിൽ
ഒക്കെ കാണാറുണ്ട്;
അങ്ങോട്ടോ ഇങ്ങോട്ടോ
ഒരക്ഷരം മിണ്ടാറില്ല

ഈയിടെയായി
ചുണ്ടുകളിലൊരു

വിളറിയ പുഞ്ചിരി
വിടരാൻ വെമ്പുന്ന
പോലൊരു തോന്നൽ;
അത് സത്യമാവാം
അല്ലെങ്കിൽ മധുരിക്കും
മിഥ്യയാവാം.

ഞാനും പ്രതികരിച്ചു
ഒരു വെറുംചിരി കൊണ്ട്;
പിറ്റേന്ന് കണ്ടപ്പോൾ
അയാൾ വാ തുറന്നു,
എന്നാലയാൾ
സംസാരിച്ചതപ്പടിയും
എന്റെ മനസ്സിലെ ഓളങ്ങൾ.

ഇതെങ്ങനെ സംഭവിക്കുന്നെന്ന്
അന്വേഷിക്കാനാഞ്ഞപ്പോൾ
പറയുന്നൂ അയാൾ, താൻ
ചിന്തിക്കാത്ത കാര്യങ്ങൾ
തന്റെ വായീന്ന് വീഴുന്നുപോലും!

പിന്നെപ്പിന്നെ, എന്റെ ചിന്തകളുടെ
ഉച്ചഭാഷിണി മാത്രമായ് അയാൾ
ഞാൻ മിണ്ടാതായപ്പോളെന്റെ
സ്നേഹിത പിണങ്ങിപ്പോയ്,

അവൾ ചെന്നന്വേഷിച്ചത്
അയാളുടെ ഓഫീസിൽ
അവളെപ്പറ്റി ചിന്തിച്ചില്ല
ഞാനപ്പോള, തിനാലാവാം
അപരിചിതയെന്ന്
പറഞ്ഞോടിച്ചയാളവളെ;
പാവം, വണ്ടിക്കു കുറുകെ
ചാടാനൊരുങ്ങുന്നു,
പ്രശ്ന കൂമ്പാരത്തിലൊരു
തീപ്പൊരിയായ്!

ഞാൻ ചിന്തിക്കും,
എന്തെന്ന് നോക്കാതെ
അയാളത് ഭാഷിക്കും,
ഞങ്ങളൊരപൂർവ്വ ദ്വന്ദ്വം-
എന്തുകൊണ്ടാണിങ്ങനെ?

എന്നാൽ പണ്ടേ പരിചിതമീ
പ്രഭാവം വ്യത്യസ്തരീതിയിൽ
ചിലർ ചിന്തിക്കുന്നു
മറ്റു ചിലർ പ്രവർത്തിച്ച്
നേതാവ് ചമഞ്ഞ്
ലോകത്തെ കൈയ്യിലിട്ട്
കശക്കി എറിയുന്നു.

ഒരു പർവ്വതത്തിന്റെ കഥ

1. സ്നേഹപർവ്വതം

നിരവധി പേരുമായുല്ലസിച്ചിരുന്ന
എനിക്കിപ്പോൾ വിരലിലെണ്ണാൻ
മാത്രം കൂട്ടുകാര, വർക്കിടയി-
ലിന്നോളം കേറാത്ത, കാണാത്ത
ഒരു വലിയ സ്നേഹപർവ്വതം
ഞാൻ വണങ്ങി തീർത്ഥജലം കുടിച്ച
സൗഹൃദനദികൾതൻ പ്രഭവസ്ഥാനം

2. ഉരുകിയൊലിച്ചു പോയത്...

ഒരു ദിനം സ്നേഹ പർവ്വതം
അന്വേഷിച്ചിറങ്ങി ഞാൻ
നാടായ നാടും, കാടായ കാടും
അരിച്ചു പെറുക്കീട്ടും
അവിടെ, യെത്താൻ കഴിഞ്ഞീല
പക്ഷേ, വെളിപാടുണ്ടായി,
എന്റെ മാമല വേദനിച്ചുരുകി-
യൊലിച്ചുപോയെന്ന്

വാക്ക്

വായിൻ വിസ്തൃതി
നാക്കിൻ നനവ്
പല്ലിൻ മൂർച്ച
ഹൃദയത്തിൻ തുടിപ്പ്
ഇണക്കം പിണക്കം
പിടച്ചിൽ
സ്വരച്ചെപ്പിൻ മൂളൽ
ഞരക്കം
നിറമുള്ള നിഴലിൻ
നിലാവ്
മധുരമോ കയ്പോ
രുചി തൻ
നിറവ്
പ്രേമമോ കാമമോ
കിനിയും ഫലം
ശിരസ്സിൻ ചാഞ്ചാട്ടം
സ്മൃതി വിസ്മൃതി
ആസക്തി വിരക്തി
കോപം താപം
സാഫല്യം വിഫല്യം
സൗന്ദര്യം വൈരൂപ്യം

സ്നേഹം ദ്വേഷം

ശാന്തി അശാന്തി

കൂവൽ കുറുകൽ

പാപം പുണ്യം

നേര് നുണ

ശാപം

ബോംബ്

കന്മഷം

കാളകൂടം

സർവ്വനാശിനി

വാക്ക്

ഡയലക്ടിക്സ്

1. തീസീസ്

വെറുതെ വീട്ടിൽ
ഈച്ചയാട്ടി ഇരിക്കാതെ
സ്വപ്നം കണ്ടു കിടക്കാതെ
രാഷ്ട്രീയത്തിലിറങ്ങുക
പത്രത്തിൽ ചിത്രവും
വാർത്തയും വരുത്താൻ
പണിയെടുക്കുക
ഈ തകർപ്പൻ ആഹ്വാനം
വന്നതെന്നുള്ളീന്ന്

സുരക്ഷയും ഫലസിദ്ധിയും
കരുതിയാദ്യം ഞാൻ
ഭരണപക്ഷത്തെ
ഭൂരിപക്ഷ കക്ഷിയിൽ ചേർന്നു
സജീവപ്രവർത്തകനായി
നേതാക്കളെ വരവേല്ക്കുക
പോസ്റ്ററൊട്ടിക്ക
കൊടിതോരണങ്ങൾ കെട്ടുക
അഴിക്കുക, കെട്ടുക അഴിക്കുക

ഉച്ചഭാഷിണിയിലൂടെ അലറിക്കൂവി
യോഗങ്ങൾക്കാളെ കൂട്ടുക
പിരിവിനു നേതാക്കൾ
പോകുമ്പോൾ
ശക്തി കാട്ടാനകമ്പടി
പോവുക
പ്രകടനങ്ങളിലണിചേർന്ന്
തൊണ്ട കീറി
മുദ്രാവാക്യങ്ങൾ വിളിക്കുക
ഇങ്ങനെ പല പല
സേവനങ്ങളിൽ
വ്യാപൃതനായി വിരാജിച്ചിട്ടും
പത്തുപൈസയുടെ
ഗുണം കിട്ടീലെനിക്ക്
മുതിർന്നോരുടെ
സ്റ്റഡിക്ലാസുകളിലിരുന്നു
ഉറക്കം തൂങ്ങിയതു മിച്ചം

2. ആന്റി തീസീസ്

നിരാശയുടെ കമ്പിളി പുതച്ചു
ഞാനൊരുനാൾ
ഒരു പ്രതിപക്ഷ സമരത്തിൽ
പങ്കെടുത്തു
എന്താണു ചെയ്യുന്നതെന്നറിയാതെ

അവരോടൊപ്പം
സിന്ദാബാദ് വിളിക്കയും
പോലീസിന്റെ നേർക്ക്
കല്ലേറികയും ചെയ്തു
ജലപീരങ്കിയെ വെല്ലുവിളിച്ചു
കണ്ണീർ വാതക പ്രയോഗമേറ്റു വാങ്ങി
ലാത്തിയടി കൊണ്ടു വീണു
ജനമൈത്രിക്കാർ ബൂട്ടിട്ടു ചവിട്ടി
ആരൊ താങ്ങിയെടുത്തെന്നെ
ആശുപത്രീലെത്തിച്ചു
കൈകാലുകളൊടിഞ്ഞ ഞാൻ
മാസങ്ങളവിടെ കിടന്നു
ആ സമരത്തിൽ ഞാനൊരു
രക്തസാക്ഷി ആയ പോലെ
നടിച്ചെങ്കിലും
ഒരു പട്ടിക്കുറുക്കനുമെന്നെ
തിരക്കി വന്നില്ല

ആശുപത്രി വിട്ടയുടനെ
പ്രതിപക്ഷക്കാരുടെ
ഓഫീസിൽ
ചെന്നു തിരക്കി:
നിങ്ങൾക്കു വേണ്ടി
തല്ലു കൊണ്ട് എല്ലൊടിഞ്ഞ എന്നെ
ഒരിക്കൽ പോലും
നിങ്ങളന്വേഷിച്ചില്ലല്ലൊ!

മോനെ, നീ വെറും ശിശു
ഞങ്ങടെ കൂട്ടത്തിൽ പയ്യൻ
അപ്പുറത്തൂന്ന് കാല് മാറി
വന്നോരെ ഉടനെയങ്ങ്
രൂപക്കൂട്ടിൽ പ്രതിഷ്ഠിക്കില്ല
ഇനിയും ഒന്നുരണ്ടു
സമരങ്ങൾ കൂടി കഴിയട്ടെ
നിന്നെ പരിഗണിക്കാം

3. സിന്തസീസ്

കൊടി പിടിച്ചും കീ ജെ വിളിച്ചും
ജാഥയിൽ കേറി
നേതാക്കളെ അഭിവാദ്യം ചെയ്തും
ഭരണപക്ഷം എന്റെ പക്ഷമെന്ന് കരുതിയ കാലം
രായ്ക്കുരാമാനം കീഴ്മേൽ മറിഞ്ഞു
ഞാൻ പ്രതിപക്ഷത്തായി
പോലീസിന്റെ തല്ല് കൊണ്ടത് മിച്ചം
അനേകായിരങ്ങൾ രക്തം
ചിന്തിയാൽ ഒന്നോ രണ്ടോ പേർ
മാത്രം മന്ത്രിയോ, തന്ത്രിയോ
ആയി സാഫല്യം നേടുന്നു
ബാക്കിയുള്ളോരുടെ ചോര
മണലിൽ വീണ്ടു വരണ്ടു പോകും

ഇതിൽ നിന്ന് രക്ഷ
അരാഷ്ട്രീയത്തിലെന്ന് തോന്നി
അവസരത്തിനായ് കഠിനശ്രമം തുടങ്ങി
കൂലിപ്പണിക്കാദ്യം പോയി,
പിന്നെ പെയിന്റിംഗ് തൊഴിലാളി
ഇലക്ട്രിഷ്യൻ പ്ലംബർ
ഓട്ടോക്കാരൻ
എല്ലാതൊഴിലും
രാഷ്ട്രീയത്തേക്കാൾ
മഹത്തരമെന്നു പഠിച്ചു

അങ്ങനെ ഞാനൊരു മൂരാച്ചിയും
അരാഷ്ട്രീയവാദിയും
ആയി മാറി
ജന്മസാഫല്യം തേടുന്നു....
മുട്ടലോ തട്ടലോ ഉരുമ്മലോ അല്ല
തിരുമ്മലാണെന്റെ
അതിജീവനതന്ത്രം

അന്ത്യചുംബനം

അമ്മേ, പ്രകൃതി മാതേ!
നിന്മടിത്തട്ടിൽ തലചേർത്ത്
നിൻ തലോടൽ കൊതിച്ചു
കിടക്കും ദുർഭഗൻ ഞാൻ
എന്താണീ മണ്ണിൽ
നടക്കുന്നതെന്ന് വിസ്മയം

നിശ്ശബ്ദത നിശ്ചലത നിർജ്ജീവത
എങ്ങും തളം കെട്ടി നിൽക്കുന്നു
എല്ലാർക്കുമെന്തു പറ്റി?
എല്ലാറ്റിനുമൊരു മരവിപ്പ്
ജീവജാലങ്ങ,ളന്ത്യ ശ്വാസത്തിൽ
പിടഞ്ഞു വലയുന്നുവോ?

ഭ്രമണ പരിക്രമണ ചലനങ്ങൾ
നൃത്തനൃത്യങ്ങ,ളെന്നേയ്ക്കും
നിർത്തിയോ ഭൂമിദേവി?
ഋതുക്കൾ സ്തംഭനത്തിലാണ്
വികാര വിക്ഷോഭങ്ങളടക്കി
തപസ്സനുഷ്ഠിക്കാൻ ഭാവമോ?

സൂര്യനെപ്പോഴാ,ണണഞ്ഞത്?
പിണങ്ങിപ്പോയതാണോ?
നക്ഷത്രങ്ങളുറക്കമായോ?
കറുത്തു കരിവാളിച്ച, യാകാശവും

വരണ്ടു വിണ്ടുകീറിയ നിലവും
മലർന്നു കിടക്കുന്നു, കഷ്ടം!

കാഴ്ച കേൾവി രുചി
ഗന്ധ സ്പർശങ്ങൾ മുടങ്ങി
വല്ലാത്തൊ, രനുഭവ, മിതാദ്യം
ദീർഘമാ,മെൻ ജീവിതത്തി-
ലിതു തഥ്യയോ, മിഥ്യയോ?

സ്വപ്നമാ,ണിതെങ്കി,ലെന്റെയോ
മൃതിയടഞ്ഞ അപരന്റെയോ?
ഉണ്ടായ്മയെപ്പോലെ തന്നെ
ഇല്ലായ്മയും നിറമുള്ള സത്യമോ,
അതോ കാണാക്കിനാവോ?

അനക്കമില്ലാത്ത, യവസ്ഥ
അനാദികാലം, കാലനില്ലാക്കാലം
നിത്യതയും ക്ഷണികതയും
സംഗമിക്കു, മദ്ഭൂതകാലം
ദൈവ കാലം, മനുഷ്യ കാലം

മരിച്ചത് ഞാനോ ദേവിയോ
ആവട്ടെ, അന്ത്യചുംബനം
ജന്മാന്തരങ്ങൾ കടന്നാലും
തകരാത്ത, ഇളകാത്ത
ഞങ്ങടെ കേവലാവകാശം

യുക്രെയ്ൻ

1. ഒരു കുഞ്ഞൻ സങ്കടം

നാട്ടിലെ കാട്ടിൽ കേറി
മുന്നോട്ട് നീങ്ങാനായവേ
ചുംബിച്ചുമാശ്ലേഷിച്ചും
വള്ളികളെന്റെ വഴി തടഞ്ഞു
മുള്ളുകളെന്റെ കാലിൽ കുത്തി.
ചുറ്റും നിൽക്കുന്നു വന്മരങ്ങൾ
നിസ്സംഗരായ്, നിർന്നിമേഷരായ്
കാറ്റിലാടുന്നവ, ആടാത്തവ
വെള്ളപ്പാച്ചിലിൽ വിറകൊണ്ട്
കടപുഴകുന്നവ, പുഴകാത്തവ.
ബന്ധുക്കൾ മിത്രങ്ങൾ
ശത്രുക്കൾ വഴിപോക്കർ
എല്ലാരും വന്നു.
കാടിനെ ഞാൻ മറക്കുന്നു,
ഞാനൊരു കുഞ്ഞിച്ചെടിയായ്
മരങ്ങൾക്കിടയിലൊളിച്ചു.
മഞ്ഞിൽ മയങ്ങിയും
വേനലിൽ വിളർത്തും
വർഷത്തിൽ തളിർത്തും

വസന്തത്തിൽ പൂവിട്ടും
വണ്ടുകളെ തേനൂട്ടിയും
പരാഗ വിതരണം ചെയ്തും
ഭാഗധേയം കാത്തിരിപ്പൂ.
വെയിലും നിലാവുമെന്നെ
ഇക്കിളി കൂട്ടവേ വലയ്ക്കുന്നു
പേടി ആന വരുമോന്ന്;
ഒരു ഗുണ്ടാക്കൊമ്പൻ
കാടിന്റെ ചങ്കീന്നിറങ്ങീട്ടുണ്ട്,
ഇതുവഴി വന്നാലവൻ നിശ്ചയം
എന്നെ ചവിട്ടിയരയ്ക്കും,
തണ്ടൊടിഞ്ഞു തൂങ്ങുമെന്റെ
ഹൃദയമിടിപ്പുകളുണ്ടാക്കും
ഗദ്ഗദങ്ങളാരു കേൾക്കാൻ!

2. കരടി പുണരുന്നു

വിശന്നുവലഞ്ഞു മുഷിഞ്ഞ
കരടിപ്രഭു തൻ കൊട്ടാരത്തിൽ
ആട്ടവും പാട്ടും കൂത്തുമില്ലിപ്പോൾ,
അമൃതേത്ത് മുടങ്ങീട്ട് നാളുകൾ
അല്ല, ആഴ്ചകളെത്രയായ്, കഷ്ടം!
പണ്ടാണെങ്കിൽ ചെന്നായോ
പുലിയോ ഇരയുമായെത്തും
ആടോ കിടാവോ പന്നിയോ
മധ്യാഹ്ന ശാപ്പാടായർപ്പണം.

ഇരിക്കാനും മേല, കിടക്കാനും മേല;
വയററെരിഞ്ഞിട്ടു വയ്യ, കണ്ണിലിരുട്ട്;
ചെന്നായയെയോ, പുലിയെയോ
വേണ്ട, ഒരു കുറുക്കനെപ്പോലും
കൊട്ടാര പ്രാന്തത്ത് കാണ്മാനില്ല.
ഒടുവിൽ നോട്ടം ചെന്നു പതിച്ചത്
ഗുഹയ്ക്കു പുറത്ത് മൈതാനത്ത്;
ശാന്തമായവിടെ പുല്ലുമേഞ്ഞു നിന്ന
പേടമൃഗത്തെ കണ്ട് വെള്ളമൂറി.

ഗുഹ വിട്ടിറങ്ങും കൊടുംഭീകരൻ
ഒരു മരത്തിൻ മറവിലെത്തി.
ശത്രുഗന്ധം പിടിച്ച മൃഗത്തിന്
രക്ഷയേതുമില്ലെന്ന് ബോദ്ധ്യമായ്.
അവളെ തൊട്ടാൽ ചാടി വീഴുമെന്ന്
വീമ്പിളക്കിയ വീരന്മാരെവിടെ?
സിംഹവും കടുവയും ആനയും
വീട്ടിലിരുന്ന് മുട്ടിപ്പായ് പ്രാർത്ഥിച്ചു
ദൈവങ്ങളോട്, മൃഗത്തെ കാക്കാൻ!

മരത്തിന് പിന്നിൽ നിന്ന് ചാടിയ
കരടിയവളെ ഗാഢമായ്പ്പുണർന്നു
ചുംബിച്ചു, കൊതി തീരെ വീണ്ടും വീണ്ടും,
എല്ലുകൾ തകർത്താശ്ലേഷം.
മൃഗത്തിൻ നിസ്സഹായനിലവിളി

ദിഗന്തങ്ങളിൽ മുഴങ്ങീട്ടും രാജനും
ശിങ്കിടികളും കേട്ടതായ് നടിച്ചില്ല.

മനുഷ്യലോകത്ത് സാധാരണമാം
ക്രൂരബലാൽസംഗവും കൊലയും
ജന്തുലോകത്തും നടക്കുന്നു;
രണ്ടിടത്തും ഞെട്ടലില്ല, നടപടിയുമില്ല!

കസേരച്ചിരി

ഇവിടെ ഞാനിപ്പോൾ തനിച്ച്
ഭൂതം ഭാവി വർത്തമാനം
എല്ലാമെന്റെ ദൃഷ്ടിയിലൂടെ
പറന്നു പറന്നു പോകുന്നു
ഒത്തിരിപ്പേർ
ഒത്തിരി സംഭവങ്ങൾ
ചിലരതിലിടപെടുന്നു
മറ്റു ചിലരാവട്ടെ
ഇടപെടുന്നില്ല
ചരിത്രം നിർമിക്കുന്നതെല്ലാവരും

പലതരം ഇരിപ്പിടങ്ങൾ ചിതറിക്കിടക്കുന്നു
അതിലൊക്കെ
മാറി മാറി ഇരുന്നും
കോസടിയിൽ കിടന്നും
നേരംപോക്കി

കസേരകളിക്കുള്ള വിളി വന്നപ്പോൾ
അവിടുന്നും ഇവിടുന്നുമൊക്കെ
ആളുകൾ ഓടിയെത്തി
ഒച്ച വച്ച്
തിക്കിത്തിരക്കി

ആവശ്യക്കാരേറെ
കസേരകളേതാനും മാത്രം
ഉന്തും തള്ളും ഭള്ളും
രംഗം കൊഴുപ്പിച്ചു നിർത്തി
ഒരു കസേരയ്ക്ക്
പല അവകാശികൾ
അവർ തമ്മിൽ പിടിവലി,യടിപിടി
തെറിയഭിഷേകം
കത്തിക്കുത്തി,ന്നലർച്ച
ഒപ്പം നിലവിളി,ചോരപ്പുഴ

പീഠങ്ങൾ മിക്കതിനും
കൈകാലുകൾ നഷ്ടം
ഒരു കസേരയ്ക്കു മാത്രം
സമ്പൂർണ അവയവ വ്യവസ്ഥ
അതിലിപ്പോൾ
ഒരു മുട്ടാള,നിരിക്കുന്നു.
ഇദ്ദേഹം നമ്മെ ഭരിക്കട്ടെ-
യെന്നു പറഞ്ഞ്
അക്രമത്തിൽ മരിച്ച ഒരുവന്റെ
പ്രേതം പല്ലിളിച്ചു

ഭൂമി ഭ്രമണം തുടർന്നതും
പ്രദക്ഷിണം ആവർത്തിച്ചതും
ആൾക്കൂട്ട,മറിഞ്ഞതില്ല

ജനനമരണ ചക്രം
ഉരുളുന്നതിനിടയിൽ
പരമാധികാരി
പലകുറി ശരീരം മാറി
കുറച്ചു കാലമായ് നേതാവി-
ന്നിരിപ്പടം കാലിയെങ്കിലും
ജനത്തിനതിനെ തൊടാൻ പേടി

അവസാനത്തെ ഭരണാധിപൻ
അപ്രത്യക്ഷനായത്
പണ്ടു പണ്ടാണെങ്കിലും
പാദസേവകരിന്നും
അദൃശ്യനു മുന്നിൽ
മുട്ടുമടക്കി വണങ്ങുന്നു
തിരുമനസ്സിരുന്ന സിംഹാസനം
അനുയായിവൃന്ദത്തിന്റെ
ആരാധനയിൽ കുളിരണിയവേ
ഒരു കസേരച്ചിരി മുഴങ്ങി

മരണമാസം

മരണങ്ങൾക്കു മുൻഗണന
നൽകും ഡിസംബർ മാസം
ഉറ്റ ബന്ധുക്കൾക്കിടയിലും
ചുരുക്കം കൂട്ടുകാർക്കിടയിലും
വർഷാവർഷ കണക്കെടുപ്പിൽ
വെളിപ്പെടുന്നുണ്ടീ ദുഃഖസത്യം
കാര്യം നിസ്സാരമല്ല, കേട്ടോ

ജനുവരിയിൽ തുടങ്ങും
ഓട്ടമത്സരങ്ങളുടെ വാശിപ്പോര്
സൗഹൃദ ഓട്ടം മുതൽ
ക്രോധമെരിയും പാച്ചിൽ വരെ
ഞങ്ങൾ കണ്ടു നെഞ്ചിലേറ്റുന്നു

ഓട്ടക്കാരുടെ ഊർജ നഷ്ടം
ദിനംതോറും വർദ്ധിക്കുന്നു
ആത്മധൈര്യം കൊടുമുടിയിൽ
നിന്ന് താഴ്‌വാരത്തിലേയ്ക്കു വീഴവേ
ഛിന്നഭിന്നമാകാം, അംഗഭംഗം വരാം

മഴയുടെ നനവും വെയിലിന്റെ
പൊള്ളലുമേറ്റ് വരണ്ട മനുഷ്യനിപ്പോൾ

മരം കോച്ചും കുളിരിൽ വിറ കൊള്ളുന്നു
എല്ലാം വിടുകയെന്ന ഉത്തരവുമായ്
മരണകിങ്കരരണയുന്ന നിമിഷം

കാമനകൾ ഉച്ചിയിൽ നില്ക്കേ
സപ്തവർണ്ണക്കിനാക്കൾ
മേധയിലുരുവം കൊള്ളുന്നു
അടിയന്തര കാര്യങ്ങൾക്കുപോലും
അവധി നല്കി സമാശ്വസിക്കേ
പൊടുന്നനെ ഒരു മിന്നൽപ്പിണരിൽ
ശരീരം ജീവൻ വെടിയുന്നു

വേർപാടുകൾക്ക് ഡിസംബർ
തന്നെ യുക്തമെന്ന യുക്തിവിരുദ്ധ
വിശ്വാസം ഒരു ഭ്രാന്തൻ കെണിയായ്
മനസ്സിൽ കുരുങ്ങി നിർദ്ധാരണം
കാത്ത് അസ്വസ്ഥമായ് കിടക്കുന്നു

എന്നാലീ മാസത്തിൽ ജനനം
നടന്നാലത് ഭാഗ്യമെന്നും,
വിശേഷപ്പെട്ടതെന്നും ചിലർ
ഈ വാദം ശരിയല്ലെന്നും
രക്തസാക്ഷിത്വമാണിക്കൂട്ടരെ
കാത്തിരിക്കുന്നതെന്ന്
മറ്റു ചിലരും ഉദ്ഘോഷിച്ച്
അന്തരീക്ഷം കലുഷിതമാക്കുന്നു

ആദം

കല്ലെറിഞ്ഞാർത്തു ചിരിച്ച്
പള്ളിക്കൂടം പിള്ളേരാമോദിച്ചു
അവർ തന്നേറുകൊണ്ടു പിടഞ്ഞ്
ചോര ചിന്തി, കണ്ണീരണിഞ്ഞ്
എവിടേയ്ക്കോ തിരിഞ്ഞോടി
പാവം മാനസിക രോഗി ആദം
വെറും കൗപീനധാരിയാമയാളിൽ
കൗതുകം പൂണ്ട എൽ.പി.ക്കാർ
ഞങ്ങൾ, കല്ലുമായ് പിറകെ പാഞ്ഞു
പീഡനങ്ങളേറ്റു വാങ്ങി മറഞ്ഞ
അയാളിന്നലെ പൂർണ്ണ നഗ്നനായ്
എന്റെ ധ്യാനങ്ങളിൽ പ്രവേശിച്ചു
തന്റെ മുറിവുകൾ പ്രദർശിപ്പിച്ച്,
ഒരു പുഞ്ചിരിയും സമ്മാനിച്ചു മടങ്ങി
ആ നിമിഷം ദിഗംബരനാക്കപ്പെട്ട്,
പുതുതലമുറയേറ് കാത്ത് ഞാൻ...

www.ingramcontent.com/pod-product-compliance
Lightning Source LLC
LaVergne TN
LVHW090424051026
849518LV00006B/2439
9788130027081